ഗ്രീൻ ബുക്സ്

രണ്ട് എളേപ്പമാർ

ശിഹാബുദ്ദീൻ പൊയ്ത്തുംകടവ്

കഥാകൃത്ത്, തിരക്കഥാകൃത്ത്, ലേഖകൻ, സംവിധായകൻ. 1963 ഒക്ടോബർ 29ന് കണ്ണൂർ ജില്ലയിലെ വളപട്ടണ ത്തിനടുത്തുള്ള പൊയ്ത്തുംകടവ് ഗ്രാമത്തിൽ ജനനം. വിദ്യാഭ്യാസം: ഹിദായത്തുൽ ഇസ്ലാം എൽ.പി. സ്കൂൾ, വളപട്ടണം ഗവ. സ്കൂൾ, ഗവ. ബ്രണ്ണൻ കോളേജ്. *ആർക്കും വേണ്ടാത്ത ഒരു കണ്ണ്, മഞ്ഞുകാലം, തല, കത്തുന്ന തലയിണ (കഥാസമാഹാരം), കടൽമരുഭൂമി യിലെ വീട് (കവിതാസമാഹാരം) തുടങ്ങിയ രചനകൾ.*

പുരസ്കാരങ്ങൾ: *1992ലെ വി.ടി. ഭട്ടതിരിപ്പാട് അവാർഡ്, സ്റ്റേറ്റ് ബാങ്ക് ഓഫ് ട്രാവൻകൂർ, അബുദാബി മലയാളി സമാജം, അരങ്ങ് സാംസ്കാരികവേദി.*

ഇപ്പോൾ ചന്ദ്രിക ആഴ്ച്ചപ്പതിപ്പിന്റെ എഡിറ്റർ.

ഗ്രീൻ ബുക്സ് പ്രസിദ്ധീകരിച്ച ഇതര കൃതികൾ:

ആലിവൈദ്യൻ (നോവലെറ്റ്)
കഥാനവകം മലയാളത്തിന്റെ ഇഷ്ടകഥകൾ - ശിഹാബുദ്ദീൻ പൊയ്ത്തുംകടവ് (കഥ), മറുജീവിതം (ലേഖനം)

കഥ
രണ്ട് എളേപ്പമാർ

ശിഹാബുദ്ദീൻ പൊയ്ത്തുംകടവ്

ഗ്രീൻ ബുക്സ്

green books private limited
gb building, civil lane road, ayyanthole,
thrissur- 680 003, kerala, ph: +91 487-2381066, 2381039
website: www.greenbooksindia.com
e-mail: info@greenbooksindia.com

malayalam
randu eleppamar
story
by
shihabuddin poythumkadavu

first published july 2013
first green books edition september 2017

cover design : rajesh chalode

branches:
thrissur 0487-2422515
palakkad 0491-2546162
kannur 0497-2763038
thiruvananthapuram 8589095301

isbn : 978-93-87331-05-1

---

no part of this publication may be reproduced,
or transmitted in any form or by any means,
without prior written permission of the publisher.

GBPL/968/2017

ഉള്ളടക്കം

മായാചരിത്രം 07

മതഭ്രാന്തൻ 16

ഷെയ്ഖ് അമീറലിഖാൻ 26

അവിടെ നീ ഉണ്ടാകുമല്ലോ 38

ഇക്ക 51

ലൈംഗിക കുറ്റാന്വേഷണകഥയിലെ
രണ്ടു നായകന്മാർ 60

ഫ്രാഡ് 73

രണ്ട് എളേപ്പമാർ 87

ഈ മഴയെക്കൊണ്ടു തോറ്റു 101

മായാചരിത്രം

കാര്യം ഞാനൊരു പി.എച്ച്.ഡിക്കാരനാണെങ്കിലും ഗൾഫിൽ കുറെക്കാലം ഒട്ടകത്തെ മേയ്ക്കുന്ന ജോലിയായിരുന്നു. മരുഭൂമിയുടെ വിജനമായ ഉഷ്ണത്തള്ളലിൽ മറ്റാരുമില്ലാത്തതിനാൽ ഞാൻ എന്റെ പി.എച്ച്.ഡി പ്രബന്ധമെടുത്ത് ഇടയ്ക്കിടയ്ക്ക് ഒട്ടകങ്ങൾക്കു വായിച്ചുകൊടുക്കും. ആദ്യം എനിക്കു കിട്ടിയ ജോലി ആടുകളെ മേയ്ക്കലായിരുന്നു. പിന്നീട് കുറച്ചുകൂടി വിവരമുള്ള മൃഗങ്ങൾ എന്ന നിലയ്ക്ക് ഒട്ടകങ്ങളെ ഞാൻ തന്നെ തിരഞ്ഞെടുക്കുകയായിരുന്നു. പറഞ്ഞിട്ടെന്താ, എല്ലാം ഒരു മാതിരി കണക്കുതന്നെ. എന്റെ പി.എച്ച്.ഡി. പ്രബന്ധം ഒട്ടകങ്ങൾ ഒന്നു ശ്രദ്ധിച്ചതുകൂടിയില്ല. ആദ്യമൊക്കെ ഞാൻ വിചാരിച്ചത് മലയാളമറിയാത്തതുകൊണ്ടാണെന്നാണ്. വൈകാതെ എനിക്കു മനസ്സിലായി, പ്രശ്നം ഏകാന്തതയാണ്. ഒട്ടകങ്ങൾ എന്നാൽ ഒറ്റയ്ക്കല്ല. അവർക്കു തമ്മിൽ പറയാനും സ്നേഹിക്കാനും ഇടയ്ക്കൊന്നു പിണങ്ങാനും വിഷയങ്ങൾ ഏറെയുണ്ട്. പിന്നെ ഞാൻ മരുഭൂമിയിലെ ഒറ്റപ്പെട്ട വൃക്ഷങ്ങളോടു സംസാരിക്കാൻ തുടങ്ങി.

അപ്പോഴാണ് ഒരു കാര്യം മനസ്സിലായത്. മൃഗങ്ങളെക്കാളും മനുഷ്യരെക്കാളും എത്രയോ ഭേദമാണ് മരങ്ങൾ. അവ നമ്മൾ പറയുന്നത് സശ്രദ്ധം കേൾക്കും. ചിലപ്പോൾ കാറ്റത്ത് അനങ്ങുകയാണെന്ന വ്യാജേന കൈവീശി നമ്മളെ പ്രോത്സാഹിപ്പിക്കും. ഒട്ടകങ്ങളെ പറഞ്ഞിട്ടു കാര്യമില്ല. അവർ ഭാഗ്യവാന്മാർ, ഒറ്റയ്ക്കായിപ്പോകുമ്പോഴുള്ള ഏകാന്തതയല്ലാതെ ആൾക്കൂട്ടത്തിലെ ഏകാന്തത അവയ്ക്ക് അനുഭവിക്കേണ്ട. അല്പം കാടുകയറിച്ചിന്തിച്ചാൽ ഏറ്റവും പുതിയ ലോകം മനുഷ്യന്റെ ഏകാന്തതയെയാണ് വിൽക്കുകയും വാങ്ങുകയും ചെയ്യുന്നത്. ആകെ ഒറ്റപ്പെട്ട് ബോറടിച്ചു നിൽക്കുമ്പോൾ നഗരത്തിലെ വലിയൊരു ഷോപ്പിങ് മാളിലൊന്നു കയറി നോക്കൂ. നിങ്ങളെ പെട്ടെന്ന് ഏതൊക്കെയോ സ്നേഹിതന്മാർ പൊതിഞ്ഞു നിൽക്കുന്ന ഒരു അവസ്ഥയിലെത്തും. ഒട്ടകങ്ങൾക്കും ആടുകൾക്കും ഷോപ്പിങ് മാളുകൾ ഉണ്ടാവാത്തത് അവയ്ക്ക് ഏകാന്തത ഇല്ലാത്തതുകൊണ്ടു തന്നെയാകും. ഒട്ടകങ്ങളോടുള്ള ഭാഷ കണ്ടുപിടിക്കാനാവാതെ സ്വയം പരാജയപ്പെട്ട് ഞാൻ വിസ കാൻസൽ ചെയ്ത് നാട്ടിലേക്കു പോന്നു.

അപ്പോഴേക്കും നാട്ടിലുള്ള ജോലിസാധ്യത കുറെക്കൂടി മങ്ങിപ്പോയിരുന്നു. എടുത്താൽ പൊങ്ങാത്തത്ര കടബാധ്യതകൾ. ഞങ്ങൾ പരസ്പരം നോക്കിയിരുന്നു.

അങ്ങനെയിരിക്കെയാണ് എന്റെ ഒരു ആത്മമിത്രം എന്നെ വന്നു കണ്ടത്, ഒരു ജോലിയുമായി.

വന്നതും വളരെ ഗൗരവത്തിൽ അദ്ദേഹം പറഞ്ഞു: നിനക്ക് പത്താം ക്ലാസിൽ നമ്മളെ ഫിസിക്സ് പഠിപ്പിച്ച ജോൺ സാറിനെ അറിയില്ലേ?

അദ്ദേഹം അമേരിക്കയിലല്ലേ?

അതുതന്നെ. അദ്ദേഹത്തിന്റെ അപ്പനൊരാളുണ്ട്. ഗീവറുഗീസ് മാഷ്.

അദ്ദേഹവും മകന്റെകൂടെ ലാസ്വെഗാസിലല്ലേ?

അതെ. അവിടത്തെ കടുത്ത കാലാവസ്ഥയും ഏകാന്തതയും സഹിക്കവയ്യാതെ നാട്ടിൽ കുറെക്കാലം ചെലവഴിക്കാൻ ഗീവർഗീസ് മാഷ് വന്നിട്ടുണ്ട്.

ഓഹോ, അങ്ങോർക്ക് എൺപതിനു മുകളിൽ പ്രായം കാണില്ലേ?

പക്ഷേ ഇപ്പോഴും നല്ല ആരോഗ്യമാണ്. നല്ല ബലമുള്ള പയറുപോലെ മെലിഞ്ഞു തക്കാളിപ്പഴംപോലെ ചുവന്നുമാണിരിക്കുന്നത്. അത്യസാമാന്യ മായ ഓർമ്മശക്തിയും... അദ്ദേഹത്തിന് വല്ലതും പറഞ്ഞിരിക്കാൻ പകല് ഒരാള് വേണം. വീട്ടിൽ ഒറ്റയ്ക്കാണ്.

പിന്നെ ശബ്ദം അടക്കിപ്പിടിച്ച് ചുറ്റുപാടും ഒന്നു നോക്കി ചെവിയിൽ പറഞ്ഞു:

മാസം ആറായിരം രൂപ തരാമെന്നു സമ്മതിച്ചിട്ടുണ്ട് പിന്നെ മറ്റു ചെലവുകളും.

വേറെ പണിയൊന്നുമില്ല. അദ്ദേഹം പുകവലിക്കില്ല. കള്ളുകുടിക്കില്ല, തോന്ന്യാസങ്ങളൊന്നുമില്ല. ഇത്തിരി വൈൻ - അതും വളരെ വിലപിടിപ്പുള്ള ബ്രാൻഡ് - സിപ്പ് ചെയ്തുകൊണ്ടിരിക്കും.

കരുവാളിച്ചു കിടക്കുന്ന എന്നെ നോക്കി അവൻ ഒരു ചിരി ചിരിച്ചു.

ഇടയ്ക്ക് നിനക്കും കിട്ടും. ഈ കരുവാളിപ്പൊക്കെ മാറി ചൊകന്നു വെളുക്കും മുഖം!

ഡോക്ടറേറ്റൊക്കെ എടുത്ത ഞാൻ ഒരു വീട്ടുവേലയ്ക്ക് പോകാമെന്നു വെച്ചാൽ...

കൂട്ടുകാരനു ദേഷ്യം വന്നു.

നിനക്ക് മരുഭൂമീല് ആടുമേയ്ക്കുന്നതിൽ കുഴപ്പമില്ല... ഇനിയെങ്കിലും ജീവിക്കാൻ പഠിക്ക്. ഇത് ഒരു ആടല്ല, നല്ല വിവരവും പക്വതയും അനുഭവ സമ്പത്തുമുള്ള സകലതും ഒത്തിണങ്ങിയ ഒരു മനുഷ്യനാണ്. മാത്രമല്ല, വേണ്ടവിധം കണ്ടും നോക്കിയുമിരുന്നാൽ നിന്നെ അങ്ങേര് അമേരിക്കയ്ക്കു കൊണ്ടുപോയെന്നും വരും.

'മലയാള നോവലിലെ കഥാപാത്രങ്ങൾ സ്വത്വപ്രതിസന്ധികൾ' എന്ന എന്റെ പി.എച്ച്.ഡി. വച്ച് അമേരിക്കയിൽ...

പ്രലോഭനത്തിന്റെ മൂന്നാം ദിവസം ഞാൻ ഗീവർഗ്ഗീസ് മാഷിനു മുന്നിൽ കീഴടങ്ങി.

കണ്ടാൽ നമ്മുടെ കൃഷ്ണമൂർത്തിയാണെന്നേ തോന്നൂ. നല്ല ഉയരവും. വെളുത്തു സുന്ദരമായ മുഖം. കാര്യം എൺപതു കഴിഞ്ഞെന്നു തോന്നിക്കുമെങ്കിലും വാക്കുകൾക്കിടയിൽ അദ്ദേഹം അല്പം നിശ്ശബ്ദത വിന്യസിച്ചേ സംസാരിക്കൂവെങ്കിലും ബഹുജോറാണ് അദ്ദേഹവുമായി സംസാരിച്ചിരിക്കാൻ.

സുഹൃത്ത് പരിചയപ്പെടുത്തി.

ഗീവർഗീസ് മാഷ്. ഒരു കാലത്തെ രാഷ്ട്രീയ-സാംസ്കാരിക ചലനങ്ങളോടൊപ്പം തന്റെ യൗവനവും ചിന്തയും ചെലവഴിച്ച ആൾ. നിങ്ങൾ സംസാരിക്കൂ എന്നു പറഞ്ഞ് സുഹൃത്ത് യാത്ര പറഞ്ഞു.

ഞാൻ ഗീവർഗീസ് മാഷ് ഇരുന്ന ചാരുകസേരയ്ക്കു പിറകിലെ കലണ്ടറിൽ നോക്കി - നവംബർ ഒന്ന്.

അദ്ദേഹം വളരെ കുലീനമായി സംസാരിച്ചു.

മിഡിലീസ്റ്റിലാണെന്നു കേട്ടു. അവിടെ എന്റെയൊരു കസിന്റെ വൈഫിന്റെ ബ്രദറുണ്ടായിരുന്നു. വെരി നൈസ് പേഴ്സൺ. ചിത്രകലയെക്കുറിച്ചൊക്കെ അപാരനോളജാണ്. അമേരിക്കയിൽനിന്നു ഡെപ്യൂട്ടേഷനിൽ നേരെ അവിടെ ഓയിൽ ഫീൽഡിൽ പോവുകയായിരുന്നു. ഹീ ഈസ് ഏൻ എൻജിനീയർ.

ഞാൻ ഈശ്വരനെ ധ്യാനിച്ചു.

എന്റെ ജോലി തുടങ്ങി. പുറത്ത് ഒരു രാഷ്ട്രീയ പ്രചരണജാഥയുടെ അനൗൺസ്മെന്റ് കടന്നുപോയി.

ശുഭലക്ഷണം തന്നെ. ഒരു ജോലി തുടങ്ങേണ്ടത് ഇങ്ങനെതന്നെ.

അദ്ദേഹം പറഞ്ഞു:

സി, നെയ്ന്റീൻ ഫോർട്ടീസിലാണെന്നു തോന്നുന്നു ട്രിവാൻട്രത്ത് മുണ്ടശ്ശേരിമാഷ് സംഘടിപ്പിച്ച ഒരു യോഗത്തിൽ യദൃച്ഛയാ എത്തിയതായിരുന്നു ഞാൻ. അന്ന് സ്ഥലം സർക്കിൾ, മീറ്റിങ്ങിന് പെർമിഷൻ കൊടുത്തില്ല. അന്ന് അതൊക്കെ വലിയ സംഭവമായി. താനൊന്നും അന്നു ജനിച്ചിട്ടില്ല. രമണന്റെ പന്ത്രണ്ടാമത്തെ എഡിഷന്റെ മംഗളോദയത്തിൽനിന്ന് പ്രിന്റ് ചെയ്തുവന്ന കെട്ടുപൊട്ടിച്ചിട്ടില്ല. അന്ന് സി.ജെയുടെയൊക്കെ ഒരു വീര്യമുണ്ടല്ലോ, ഹൗ!

ചില പട്ടാളക്കാർ റിട്ടയർ ചെയ്തുവന്നാൽ ഇങ്ങനെ ചില ഡയലോഗുകളുണ്ട്. അതുമാതിരിയാണ് ഗീവർഗ്ഗീസ് മാഷ് എന്നു തെറ്റിദ്ധരിക്കരുത്.

അദ്ദേഹം അമേരിക്കയിൽനിന്നു കൊണ്ടുവന്ന ചൊകചൊകന്ന,

വീതിയും വിസ്താരവുമേറിയ ഒരു വൈൻ ബോട്ടിൽ ശക്തിയായി പൊട്ടിച്ചു.

എന്നിട്ട് എന്നെ നോക്കി ഒരു ചിരി ചിരിച്ചു:

ഐ ആം സ്റ്റിൽ യങ്!

എന്നിട്ട് പ്രത്യേകം തയ്യാറാക്കിയ ഒരു ഗ്ലാസിൽ അത് ഒഴിച്ചു. വളരെ ചിട്ടവട്ടങ്ങളോടെ അതെടുത്തു ചുണ്ടത്തുവെച്ചു.

ആ ഇടവേളയിൽ ഞാൻ ചോദിച്ചു.

മാഷ് പഠിച്ചതും പഠിപ്പിച്ചതുമൊക്കെ...

മദിരാശി പ്രസിഡൻസി കോളേജിലാണ് എന്റെ ബി.എ. ഓണേഴ്സ്. അന്ന് ഒരിക്കൽ പനമ്പള്ളി ഗോവിന്ദമേനോൻ കോളേജിൽ വന്നു. വലിയ സംഭവമായിരുന്നു അത്. കൊടിതോരണങ്ങൾ, പ്രസംഗങ്ങൾ, നിർത്താതെയുള്ള കരഘോഷങ്ങൾ... മറ്റൊരിക്കൽ വള്ളത്തോൾ നാരായണമേനോനും വന്നു. സി, അന്ന് വള്ളത്തോളെന്നൊക്കെപ്പറഞ്ഞാൽ ആരാ?! ഓരോ കാറിന്റെ ഹോണടി കേൾക്കുമ്പോഴേക്കും ഞങ്ങൾ സ്റ്റുഡന്റ്സ് ക്ലാസിനു വെളിയിലേക്കിറങ്ങി നോക്കും. എം. ഗോവിന്ദൻ അന്ന് മദ്രാസിൽ ഒതുങ്ങിക്കഴിയുകയാണ്. അവിടെ അദ്ദേഹത്തെ കാണാനെത്താത്ത ഇന്റലക്ചൽസില്ല. ഒ.വി. വിജയനൊക്കെ പഠിക്കുന്നുണ്ടവിടെ. എന്റെ തൊട്ടടുത്ത ക്ലാസിൽ. മറ്റൊരു കോളേജ്മേറ്റ് എം.എൻ. വിജയനാണ്. വളരെ ഷൈ ആയിരുന്നു അന്ന് അദ്ദേഹം. ഫ്രോയിഡിൽ അപാരപാണ്ഡിത്യം.

ഇടയ്ക്കു കറണ്ടൊന്നു പോയി. ഉടൻ തിരിച്ചുവന്നു. സംസാരിച്ചു വന്നതിന്റെ ഒഴുക്ക് നിലച്ചു. ഗീവറുഗീസ് മാഷിന്റെ മുഖമല്പം ചുവന്നു.

ഇവിടത്തെ സിറ്റ്വേഷൻ വളരെ മോശമായിരിക്കുന്നു. എപ്പഴാ കറണ്ട് വര്യാ, വരാതിരിക്യാ എന്നൊന്നും പറയാനാവില്ല. ഇവിടെ നെറ്റൊക്കെയിട്ട് ഭദ്രമാക്കിയതുകൊണ്ട് ഒരൊറ്റ കൊതുക് കടക്കില്ല. അത്രയും ഭാഗ്യം. ഒരിക്കൽ ഒന്നു പുറത്തിറങ്ങിയപ്പോൾ എന്തോ ഒന്ന് ചെവിയിലൂടെ ചുറ്റും. കൈ നിവർത്തി ഒരൊറ്റ വീശ്! കൊതുക്. ഞാനതിനെ ഒരു ട്രാൻസ്പരന്റ് ബോട്ടിലിലാക്കി കോർപ്പറേഷൻ മേയറുടെ വീട്ടിലേക്ക് ഡ്രൈവ് ചെയ്തു. എന്നിട്ട് നേരെ അങ്ങേരുടെ മുറിയിലേക്ക് ചാടിക്കയറി. എന്നിട്ട് പറഞ്ഞു, നിങ്ങടെ കോർപ്പറേഷൻ പരിധിയിൽ നിന്നു കിട്ടിയതാണ്. ഈ ബോട്ടിലിനകത്ത് എന്താണിരിക്കുന്നതെന്നു നോക്കൂ.

മേയർ തരിച്ചുപോയി.

സോറി ഗീവറുഗീസ് മാഷേന്ന് ഒരേ ക്ഷമാപണം.

ഞാൻ വാൺ ചെയ്തു.

ഞാനിവിടത്തെ സിറ്റിസണല്ല. പക്ഷേ ഐ ക്യാൻ ഫയൽ എ കേസ് എഗനസ്റ്റ് യൂ ആൻഡ് യുവർ ഇൻസ്റ്റിറ്റ്യൂട്ട് എന്നുകൂടി പറഞ്ഞിട്ടേ ഞാനവിടെനിന്നു വന്നുള്ളൂ.

അപ്പോഴേക്കും ഒരു ഫോൺ വന്നു.

എടുത്തതും ഗീവർഗീസ് മാഷ് ചോദിച്ചു: മി. വിജയൻ, നിങ്ങളൊക്കെ എന്താണിവിടെ ചെയ്യുന്നത്. സീ, ഇ.എം.എസ്. ഭരിച്ച ഒരു നാടാണിത്.

ഞാൻ കൗതുകത്തോടെ അദ്ദേഹത്തിന്റെ സംഭാഷണം ശ്രദ്ധിച്ചു കൊണ്ടിരുന്നു.

ഗീവർഗീസ് മാഷ് ഫോൺ താഴെ വെച്ചിട്ട് എന്റെ നേരെ തിരിഞ്ഞു.

ഞാൻ കണക്കിനു പറഞ്ഞു. പാർട്ടി സെക്രട്ടറിയാണ്. കഴിഞ്ഞ തവണ സ്റ്റേറ്റ്സിൽ വന്നപ്പോൾ വീട്ടിലായിരുന്നു താമസം. എ നൈസ് പേഴ്സൺ. പുറമേ, റഫായിട്ടു തോന്നും. സിൻസിയറായതുകൊണ്ടാ. ഭക്ഷണത്തിൽ കഞ്ഞിയും ചുട്ട പപ്പടവുമാണ് ഇഷ്ടനു പഥ്യം.

ഗീവർഗീസ് മാഷ് കുലുങ്ങിച്ചിരിച്ചു.

ചിരിക്കുമ്പോൾപോലും മാഷ് തന്റെ സ്വന്തം ശരീരമറിയാതിരിക്കാൻ ഏറെ ശ്രദ്ധിച്ചു.

സ്റ്റേറ്റ്സിലെ എന്റെ വീട്ടിൽ വരാത്ത ആരുമില്ല. സ. ബേബി - ഹോ, ജെം ഓഫ് എ പേഴ്സൺ! മ്യൂസിക്, കൾച്ചർ, ലിറ്ററേച്ചർ... അങ്ങോർക്കറി യാത്ത വിഷയമില്ല. മറ്റൊരാൾ സി.പി.ഐയിലെ വൺ മിസ്റ്റർ ഇസ്മയിൽ. ഹോ, നമ്മുടെ മരിച്ചുപോയ സിനിമാനടൻ കെ.പി.എ.സി. സണ്ണിയെപ്പോ ലിരിക്കും. പരുക്കനാണ്, വില്ലനാണ് എന്നൊക്കെ തോന്നും. നൈസ് പേഴ്സൺ. നത്തോലിമീനെന്നു പറഞ്ഞാ മരിക്കും. ടെക്സാസീന്ന് ഒരു പരിചയക്കാരനോടു പറഞ്ഞ് ഫ്ളൈറ്റിലാണ് വരുത്തിച്ചത്. അതറിഞ്ഞ് അദ്ദേഹം ദേഷ്യപ്പെട്ടു. അദ്ദേഹം വളരെ ലളിതമായ ജീവിതം ഇഷ്ട പ്പെടുന്നു. റിയലി നൈസ് പേഴ്സൺ. എം.എൻ. ഗോവിന്ദൻനായരുടെ യൊക്കെ ഒരു ട്രെഡീഷനിൽ വരുന്നവരാണല്ലോ. ങ്ഹാ, അതു പറഞ്ഞ പ്പോഴാണ്... ഡോ. പൽപ്പുവിന്റെ ബന്ധുവൊരാൾ അവിടെ പഠിപ്പിച്ചിരുന്നു. പ്രസിഡൻസിയിൽ മി. നാരായണൻ. വെരി ബ്രില്യന്റ് ഗൈ. നാരായ ണൻ വരുമ്പോൾ സൂര്യൻ ഉദിച്ചപോലെയാ. വെരി ഹാൻസം. അന്നൊന്നും അവരുടെ കൂട്ടത്തില് അത്ര നെറംള്ളവരില്ല. ഒരു ദിവസം ഒരു സംഭവ മുണ്ടായി.

ഗീവർഗീസ് മാഷ് വൈൻ വീണ്ടും നിറച്ചു. രണ്ടു തവണ ചുണ്ടത്തു വെച്ച് അത്യാവേശത്തോടെ കഥ പറയാൻ തുടങ്ങി.

മറക്കില്ല നാരായണനെ. സീ, യു കാൻഡ് ഇമാജിൻ. അയാൾക്കായി രുന്നു. അന്ന് ബുക്ക് ക്ലബ്ബിന്റെ ചാർജ്ജ്. നാരായണൻ പുസ്തകം വായിക്കു മ്പോൾ കാണണം. ഒരു ദിവസം ഞാൻ നോക്കുമ്പോൾ കാറൽ മാക്സിന്റെ 'ദാസ് ക്യാപ്പിറ്റൽ' വായിച്ചോണ്ടിരിക്കെയാണ്. നമ്മുടെ കെ. ദാമോദരന്റെ തൊട്ടയൽവാസിയുമുണ്ടായിരുന്നു. വൺ മി. പീതാംബര ക്കുറുപ്പ്. നൈസ് ഗൈ! ക്ലീൻ മീശയാണ്. പിറകോട്ട് മുടി ചീകി കാണാൻ തന്നെ വലിയ ചന്തമാ. വെരി ഹാൻസം. ങ്ഹാ! പീതാംബരക്കുറുപ്പും

നാരായണനനും ചേർന്ന് ഒരുമിച്ചിരുന്ന് 'ദാസ് ക്യാപ്പിറ്റൽ' വായിച്ചോണ്ടിരിക്കുമ്പം ഒരു വലിയ സംഭവം നടന്നു. സീ, ഞാനിന്നും മറന്നിട്ടില്ല. ഒരു ട്യൂസ് ഡേ ഈവനിങ്. ആ സംഭവത്തിൽ ഞാനവരെ വളരെ റഫായിട്ട് ബ്ലെയിം ചെയ്തു. പക്ഷേ മനഃപൂർവം സംഭവിച്ചതല്ല. ദാസ് ക്യാപ്പിറ്റലിന്റെ എഴുപത്തിയൊമ്പതാമത്തെ പേജ് മറിക്കുന്നത് രണ്ടുപേരും കൂടിയായിപ്പോയി. ക്റ്... ന്ന് പേജ് വിലങ്ങനെ കീറിപ്പോയി. എനിക്കാകെ നിയന്ത്രണം വിട്ടു. ഞാൻ ഷൗട്ട് ചെയ്തു. അന്ന് അതിനൊക്കെ ആരോഗ്യമുണ്ട് കേട്ടോ. ഞാൻ പറഞ്ഞു: നിങ്ങളീ കാണിച്ചത് മേലിലാവർത്തിക്കരുത്. രണ്ടുപേരും പേടിച്ചുപോയി.

ഓർമ്മകളിൽ ലയിച്ച് കണ്ണടച്ച് അദ്ദേഹം കുലുങ്ങിക്കുലുങ്ങിച്ചിരിച്ചു. ശരീരമനങ്ങാതിരിക്കാൻ പ്രത്യേകം ശ്രദ്ധിച്ച്.

ചിരിയുടെ ഇടവേളകളിൽ ഒഴിഞ്ഞ ഗ്ലാസിലേക്ക് വൈൻ വീണ്ടും നിറച്ചു.

യൂ നോ, ഐ ആം എയ്റ്റിഫോർ. എല്ലാം ഇന്നലെ കഴിഞ്ഞപോലെ – എന്തെല്ലാം പൊളിറ്റിക്കൽ കൾച്ചറൽ മൂവ്മെന്റുകൾ. ആദ്യം സുഭാഷ് ചന്ദ്രബോസിന്റെ ഫോർവേർഡ് ബ്ലോക്കിലും പിന്നീട് അവിഭക്ത കമ്മ്യൂണിസ്റ്റ് പാർട്ടിയിലും പ്രവർത്തിച്ചിരുന്ന എന്റെയൊരു സബോർഡിനേറ്റുണ്ടായിരുന്നു. മി. കുര്യൻ. സ്റ്റുഡന്റായിരിക്കുമ്പോഴേ അയാൾ വലിയ പൊളിറ്റിക്കൽ വർക്കറായിരുന്നു. പൊലീസ് ഷൂ കൊണ്ട് കിക്ക് ചെയ്തു. മുൻവശത്തെ രണ്ടു പല്ലില്ല. ഞങ്ങൾ ഒരുമിച്ചാണ് ഹോസ്റ്റലിൽ. അദ്ദേഹം രഹസ്യമായി ചില ജേർണലൊക്കെ കൊണ്ടുവരും, മുറിയിൽ. അന്ന് പൊലീസ് ഇങ്ങനെ വല്ലതുമുണ്ടോ എന്ന് സ്മെൽ ചെയ്തു നടക്കുകയാണ്. കമ്മ്യൂണിസ്റ്റ് പ്രത്യയശാസ്ത്രത്തിലെ പല പല ഇന്നർതിങ്സിനെപ്പറ്റിയും ഞങ്ങൾ ഡിസ്കസ് ചെയ്യും. കുര്യന് ഇത്തിരി പരിസരബോധം കുറവാണ്. അങ്ങനെയാണ് അതുണ്ടായത്. മറക്കില്ല, ആ ദിവസം. മുട്ട പുഴുങ്ങിയത് കുര്യനു വലിയ ക്രെസാണ്. അന്ന് കടകളിലൊക്കെ മുട്ട വിൽക്കുന്നത് കുറവായിരുന്നു. സീ, ഒരു ദിവസം കുര്യൻ ടൗണിൽ പോയി പത്ത് മുട്ടയും വാങ്ങി റോഡ് ക്രോസ് ചെയ്യുകയായിരുന്നു. പെട്ടെന്നാണ് ഒരു ട്രക്ക് സ്പീഡിൽ വരുന്നത് കുര്യൻ കണ്ടത്. ട്രക്കെന്നു പറഞ്ഞാൽ, സീ, ഉള്ളിച്ചാക്ക് പോലെന്തോ അട്ടിയട്ടിയായി ആകാശംമുട്ടെയാണ് ലോഡ് ചെയ്തിരിക്കുന്നത്. ഓവർസ്പീഡും. എന്താ പറയാ... ക്രോസ് ചെയ്യുകയായിരുന്ന കുര്യൻ മിന്നൽവേഗത്തിൽ വെച്ച കാൽ തിരിച്ചെടുത്തു. ട്രക്ക് കടന്നുപോകുന്നതുവരെ വെയ്റ്റ് ചെയ്തു. പക്ഷേ സംഭവിച്ചതു മറ്റൊന്നായിരുന്നു...

ഗീവർഗീസ് മാഷ് ധൃതിയിൽ മൂന്നാലു കവിൾകൂടി അകത്താക്കി, ചുണ്ടു തുടച്ചു.

കുര്യനല്ലേ ആള്. വെരി ആബ്സന്റ് മൈന്റഡ് പേഴ്സൺ. ടൗൺ ഹാളിൽ വി.കെ. കൃഷ്ണമേനോന്റെ ഒരു സ്പീച്ചുണ്ടായിരുന്നു. ഹാൾ തിങ്ങിനിറഞ്ഞ് കാല് കുത്താൻ സ്ഥലമുണ്ടായിരുന്നില്ല. അതുംകേട്ട്

തിരിച്ചുവരുമ്പഴാ ഞാൻ ആ കാഴ്ച കണ്ടത്. കടന്നുപോയ ട്രക്കിൽ കയറ്റിയ ചാക്കുകെട്ടിന്റെ ഉയരം നോക്കി തരിച്ചുപോയ കുര്യന്റെ കൈയിൽനിന്ന് പരപരാ നാലു മുട്ട വീണു റോഡിൽ ഛിം എന്നു ചിതറി. ഐ ആം റിയലി ഷോക്ക്ഡ്. ആബ്സന്റ് മൈന്റിന്റെ കാര്യത്തിൽ ഞാൻ കുര്യനെ കുറെ വഴക്കു പറഞ്ഞു.

ഹോ, വിമോചനസമര കാലഘട്ടം; കിടന്നു തിളയ്ക്കുകയായിരുന്നില്ലേ. അന്നത്തെ മന്ത്രിസഭയിലാരൊക്കെയായിരുന്നു! സിംഹങ്ങളല്ലേ, സിംഹങ്ങൾ! ഒരു ദിവസം അവിടത്തെ കോൺഗ്രസ്സുകാരൊരു പണി പറ്റിച്ചു. ഞാനന്ന് ഹോസ്റ്റലിലായിരുന്നു താമസം. നടന്നുപോകും കോളേജിലേക്ക്. അന്നുമിന്നും ഞാൻ രണ്ടുനേരം നടക്കും. ഉറക്കം, ഭക്ഷണക്രമം, വായന – ഒക്കെ ചിട്ടപ്പടിയിലാ അന്നും ഇന്നും. അതിനെ തടസ്സപ്പെടുത്തുന്നതൊന്നും ഞാൻ സഹിക്കില്ല. അതുകൊണ്ടെന്തായി, മീറ്റ്സും ചീസുമൊന്നും കഴിക്കുന്നതിന് ഇന്നും എനിക്കൊരു കൊഴപ്പവുമില്ല. മന്ത്‌ലി ചെക്കപ്പുണ്ട്. കഴിഞ്ഞ തവണ കാലിഫോർണിയായീന്ന് മൂത്ത മകൻ വിളിച്ചേർപ്പാടാക്കിയ ഡോക്ടർ വിമൽ. അറിയില്ലേ. വകേല് നാലപ്പാട്ട് നാരായണമേനോന്റെ കസിന്റെ പേരക്കുട്ടിയായിട്ടു വരും. വെരി നൈസ് പേഴ്സൺ, പുള്ളി പറയ്യാ, പോക്കു കണ്ടിട്ട് നൂറ്റമ്പതിലേ ചാകൂന്ന്. ഹ!ഹ!ഹ! ഞാൻ കൊറേ ചിരിച്ചു. എന്തൊരു ഹ്യൂമർ സെൻസ്. അത്രേം ഹ്യൂമർ സെൻസ് ഞാൻ കണ്ടത് നായനാരിലാണ്. അമേരിക്കയിൽ വന്നപ്പോൾ വീട്ടിലായിരുന്നു താമസം. ഉലുവ മൂപ്പർക്കു നിർബന്ധാ. സിനിമ വലിയ ക്രൈസാ. കണ്ടോണ്ടിരിക്കുമ്പം ചിരിച്ച് ഊപ്പാട് കലക്ക്ണ കമന്റ് വരും. പക്ഷേ കൃഷ്ണപിള്ള, വെരി സീരിയസ്സ്. ഹെന്തൊരു തേജസ്സാണെന്നോ, കണ്ണുകൾക്ക്. പാവം നേരത്തെ പോയി. മറ്റൊരാൾ വർഗീസാണ്. പാർട്ടിക്കുള്ളിൽ ഇത്തിരി അച്ചടക്കം കൂടി പാലിച്ചിരുന്നെങ്കിൽ ഇന്ന് ചീഫ് മിനിസ്റ്ററാ. ഐ ആം സോ സാഡ്. എന്തുനേടി? ഒരു വർത്തായേനെ സ്റ്റേറ്റിന്. അത്ര സിൻസിയറാ. ജെം ഓഫ് എ പേഴ്സൺ.

ഒരു നീണ്ട നെടുവീർപ്പിട്ട്, ഗീവർഗീസ്മാഷ് ഒന്നെഴുന്നേറ്റ് മൂത്രമൊഴിച്ചു വന്നതും വേലക്കാരി ഊണ് മേശപ്പുറത്തു നിരത്തി.

ഗീവർഗീസ് മാഷ് കൈകഴുകി വരുമ്പോഴേക്കും അതാ വരുന്നു ഫോൺ. ആദ്യം മലയാളത്തിൽതുടങ്ങി ഇംഗ്ലീഷിൽ അവസാനിച്ച സംസാരം. ഇടയ്ക്കു ചിരിയും ഇടയ്ക്ക് ആശ്ചര്യവ്യാക്ഷേപപദങ്ങളും...

ഫോൺ വെച്ചിട്ട് ഗീവർഗീസ്മാഷ് എന്റെ നേരെ തിരിഞ്ഞു.

ആന്റണിയാണ്. നൈസ് പേഴ്സൺ. വെരി വെരി സിൻസിയർ. പറഞ്ഞിട്ടെന്താ, ഡിഫൻസൊന്നും നമുക്കു വേണ്ടാന്ന് ഞാൻ നൂറുവട്ടം പറഞ്ഞതാ. പുള്ളിയെയും പറഞ്ഞിട്ടു കാര്യമില്ല. പാർട്ടി തീരുമാനിക്കുമ്പം എന്തു ചെയ്യാൻ പറ്റും? സ്റ്റേറ്റ്സിൽ വരുമ്പോഴൊക്കെ വീട്ടിൽ നിന്നാ ഉച്ചയൂണ്. ഒരു നിർബന്ധബുദ്ധിയുമില്ല. കഞ്ഞിയോടാണ് കൂടുതൽ പ്രിയം. വെരി നൈസ് പേഴ്സൺ. അത്തരം ചെറുപ്പക്കാരെത്രയുണ്ട് നമുക്ക്?

ങ്ഹാ, അതു പറഞ്ഞപ്പഴാ, പുന്നപ്ര വയലാർ സമരം കൊടുമ്പിരിക്കൊണ്ടിരിക്കുന്ന കാലം. ഹോ, സഖാവ് ടി.വി. തോമസ്സൊക്കെ ആരാ! സകലരും ഒളിവിലാ. അന്ന് എനിക്ക് ഇരുപത് കഴിഞ്ഞിട്ടുണ്ടാവും. ചോരത്തിളപ്പിന്റെ കാലം. വല്ലപ്പോഴും വരുന്ന പത്രം. പാർട്ടിയുടെ ജേർണലും നോട്ടീസുമൊക്കെ കൈമാറി മുഷിഞ്ഞിട്ടുണ്ടാവും. കാര്യം കല്ലച്ചിൽ നൂറോ ഇരുനൂറോ കോപ്പിയേ അടിക്കൂവെങ്കിലും പത്ത് രണ്ടായിരം പേര് കൈമാറിക്കൈമാറി വായിക്കും. ഇതൊക്കെ വായിച്ച് വിപ്ലവം തലയ്ക്കു പിടിച്ച് നടക്കുകയാണ് ഞാൻ. ഉടൻ വിപ്ലവം - അതാണെന്റെ നിലപാട്. സഖാവ് ആർ. സുഗതന്റെ അടുത്ത ഒരു ബന്ധു വൺ മി. രാഘവനും ഞാനും പുന്നപ്ര വയലാർ സമരത്തിന്റെ പശ്ചാത്തലത്തിൽ ചില കത്തിടപാടുകളൊക്കെ നടത്തി. രാഘവനും കുറെക്കാലം ഒളിവിലായിരുന്നു. പൊലീസുകാരുടെ അടികൊണ്ട് ട്യൂബർക്കുലോസിസ് വന്നു മരിച്ചു, പാവം. രാഘവനും ഞാനും കത്തോടുകത്താണ്. മുഖ്യമായും പാർട്ടി നയരേഖകൾ. ഞങ്ങളുടെ ഭാവിസങ്കല്പങ്ങൾ - അങ്ങനെയങ്ങനെ.

ഒരു ദിവസം ഞാനൊരു തീരുമാനത്തിലെത്തി. ഇനിയും പിടിച്ചു നിൽക്കുന്നതിൽ കാര്യമില്ല എന്ന് ഒരേ തോന്നൽ. പിന്നെ ഒന്നും നോക്കിയില്ല. നേരേ ആലപ്പുഴയ്ക്കു വച്ചുപിടിച്ചു. പുലർച്ചയ്ക്കാണ് ബോട്ട്. ഉറങ്ങുന്ന അപ്പന്റെ കാലിൽ തൊട്ടു വന്ദിച്ച് യാത്രയായി. തിരിച്ചുവരാൻ പറ്റുമോയെന്ന് ആർക്കറിയാം. നേരേപോയി രാഘവനെ കണ്ടു. ഒളിവിലിരിക്കുന്ന വീടു കണ്ടുപിടിക്കാൻ ഒരുപാട് ബുദ്ധിമുട്ടി. ഒന്നാമത് റിസ്ക്കാണ്. പൊലീസുകാർ മണംപിടിച്ചു നടക്കുകയാണെന്ന് ഓർക്കണം. ഏതു നിമിഷവും എവിടെനിന്നും ചാടിവീഴാം. ഐ കാൻ നെവർ ഫൊർഗെറ്റ് ഇറ്റ്. ഉച്ചയോടെ ഞാൻ രാഘവനെ കണ്ടുപിടിച്ചു. ഒരു ഹരിജന്റെ ചെറ്റപ്പുരയിലായിരുന്നു ഉച്ചഭക്ഷണം. നല്ല കഞ്ഞിയും ചുട്ട പപ്പടവും. ങ്ഹാ, മേമ്പൊടിക്ക് ഉണക്കമീൻ വറുത്തതും. ഹൊ, അതുപോലൊരു ഉണക്കമീൻ ഞാനെന്റെ ജീവിതത്തിൽ കഴിച്ചിട്ടില്ല. ഉച്ചക്കഞ്ഞിയും കഴിച്ച് നേരെ ഞാൻ സന്ധ്യക്കുമുമ്പ് വീട്ടിലെത്തി. അതുകൊണ്ട് അപ്പന്റെ ഭാഗത്തു നിന്ന് ഒരു ക്വസ്റ്റ്യനും ഉണ്ടായില്ല. പക്ഷേ കുറ്റബോധംകൊണ്ട് എനിക്ക് ഒരാഴ്ച അപ്പന്റെ മുഖത്തുനോക്കാൻ കഴിഞ്ഞില്ല... ങ്ഹാ, ഇതു പറഞ്ഞപ്പഴാ...

അപ്പോഴേക്കും ഫോൺ ബെല്ലടിച്ചു.

മലയാളത്തിൽ തുടങ്ങി ശടപട ഇംഗ്ലീഷിൽ മാഷ് ഏതോ പുലിയോട് സംസാരിക്കുകയാണ്, ഗീവർഗീസ് മാഷ്.

ഫോൺ താഴെ വെച്ച് അദ്ദേഹം പറഞ്ഞു: നമ്മുടെ ഉമ്മനാണ്. ചാണ്ടിയേ. പണ്ടു നടന്ന ഒരു തമാശയോർത്തപ്പം ഒന്ന് ഷെയർ ചെയ്യാൻ വിളിച്ചതാണ്. ട്രിവൻട്രത്തു കാർ നിർത്തി ഷർട്ടിന്റെ തുണി വാങ്ങാൻ ഇറങ്ങിയതാ ചാണ്ടി. കാര്യം, കുറെ പുതിയ ഷർട്ടടിച്ചുവെക്കാൻ സമയമായി. മുന്തിയ ഖദർതുണിക്കിപ്പം തറവാട് വിൽക്കണ വിലയാണത്രേന്നും പറഞ്ഞ് ഒരേ ചിരിയാ മൂപ്പര്.

ഗീവർഗീസ് മാഷിനു ചിരിയടക്കാനേ കഴിയുന്നില്ല. ചിരിയോടെ യഥാർത്ഥ കാരണം അവതരിപ്പിക്കുമ്പോഴേക്ക് ഞാൻ എഴുന്നേറ്റു.

എന്നാൽപ്പിന്നെ മാഷേ, സമയമായി. നാളെ ഞാൻ വരാം...

ഗീവർഗീസ് മാഷിന് അതത്ര രസിച്ചില്ലെങ്കിലും അദ്ദേഹം എനിക്കു പോകാൻ അനുമതി തന്നു.

അതിനുമുമ്പ് അകത്തുപോയി എനിക്കുള്ള കവർ എടുത്തു കൊണ്ടു വന്നു തന്നു. എനിക്കറിയാം. അതിൽ ആയിരത്തിന്റെ ആറു ചുവന്ന നോട്ടു കളുണ്ടാവും. ഇന്ന് എന്റെ ശമ്പളദിവസമാണ്. ഒരിക്കലും അദ്ദേഹം അതു മുടക്കിയിട്ടില്ല.

എന്റെ വീട്ടുകാര്യങ്ങൾ നന്നായി നടന്നു പോകുന്നുണ്ട്. പക്ഷേ എനിക്ക് ഈയിടെയായി വല്ലാത്ത ഒരു മറവി ബാധിച്ചിട്ടുണ്ടെന്ന് ഭാര്യ പറയുന്നു.

ഒരു ദിവസം പാതിരാത്രി ഉറക്കത്തിൽനിന്നെഴുന്നേറ്റ് ഞാൻ വെയ്സ്റ്റു വീപ്പയിൽ എന്തോ തിരയുന്നതുകണ്ട് ഭാര്യ വല്ലാതായി.

അവൾ ലൈറ്റിട്ടതും ഞാൻ മിഴിച്ച് ഒരേ നോട്ടമാണ്.

നിങ്ങളെന്താണീ പരതുന്നത്? അവൾ കരച്ചിലിന്റെ വക്കിലെത്തിയി രുന്നു.

ഞാൻ ചോദിച്ചത്രേ:

എവിടെയാണീ ഗീവർഗീസ് മാഷ് പോയൊളിച്ചിരിക്കുന്നത്? നീയെ ങ്ങാനും കണ്ടോ?

അവളെന്നെ കെട്ടിപ്പിടിച്ച് കുറെനേരം കരഞ്ഞു. പാവം അവൾ ഹിസ്റ്ററി യെടുത്ത് എം.എ. പാസ്സായിട്ട് എത്ര വർഷമായീന്നാ വിചാരം? പിഎച്ച്ഡിക്ക് ഒന്നു രജിസ്റ്റർ ചെയ്യാൻപോലും അവൾക്കിതുവരെ പറ്റിയിട്ടില്ല. അവളുടെ ഗതിയോർത്ത് ഞാനും കുറെ കരഞ്ഞു.

ഇതു പറഞ്ഞപ്പഴാ മറ്റൊരു കാര്യം ഓർത്തത്.

ഒരിക്കൽ എനിക്കു ഗീവർഗീസ് മാഷിനോടു ചോദിക്കണം, കേരള ചരിത്രത്തിൽ എവിടെയാണ് താങ്കൾ? എല്ലായിടത്തും നിറഞ്ഞുനിൽക്കു മ്പോഴും താങ്കൾ പാലിച്ച അസാമാന്യമായ ആ ദൂരമുണ്ടല്ലോ, ആ കലാ രൂപത്തിനു നമുക്കൊരു പേരില്ലാതെ പോയതെന്തേ?

അതല്ലാതെതന്നെ അതായിരിക്കുന്നതിന്റെ പുതിയ കാലത്ത് ഞാൻ അങ്ങയെ ഗുരുവായി സ്വീകരിക്കട്ടെയോ?

■

മതഭ്രാന്തൻ

ആരും സമ്മതിക്കും ഭ്രാന്തന്മാർക്കു മതമില്ല. കാലം, ദേശം എന്നിവയെ ച്ചൊല്ലിയുള്ള തർക്കങ്ങളും അവർക്കു ബാധകമല്ല. നഗരത്തിൽ പുതു തായി എത്തിയ ഭ്രാന്തന് മതമില്ലാത്തതുകൊണ്ടുതന്നെ പേരുണ്ടായിരു ന്നില്ല. ഏതോ ചെറിയൊരാൾക്കൂട്ടം കൊഴുത്തുനാറിയ അയാളുടെ വസ്ത്രങ്ങൾ വലിച്ചുകീറുകയും താടിമുടികൾ ഒന്നു സൈസ് ചെയ്ത്, പബ്ലിക് ടാപ്പിനു മുന്നിൽ അയാളെ കുനിച്ചുനിർത്തി ബലപൂർവം കുളി പ്പിച്ച് അകാലത്തു മരിച്ചുപോയ ഏതോ ചെറുപ്പക്കാരന്റെ അധികം ഉപ യോഗിച്ചിട്ടില്ലാത്ത വസ്ത്രങ്ങളുടുപ്പിച്ചു. മാനവികതയിൽ അടിയുറച്ചു വിശ്വസിക്കുന്നവർ മാത്രമായിരുന്നില്ല, ആ ചെറിയ ആൾക്കൂട്ടം മാന്യന്മാർ കൂടിയായിരുന്നു. അതുകൊണ്ട് ഏതോ ദീർഘദൂരബസ്സിൽ കയറ്റിവിട്ട താവാം. ബസ്സ്റ്റോപ്പിൽ നിർത്തിയിട്ട അവസാന ബസ്സിൽ ഇരുട്ടിൽ തളർന്നുറങ്ങുന്ന അയാളെ ഡ്രൈവറും കണ്ടക്ടറും ഏറെ നേരം നീണ്ടു നിൽക്കുന്ന തർക്കത്തിനു വിധേയമാക്കിയതിനുശേഷം വലിച്ചു പുറത്തിട്ട താവാം. കാര്യം എന്തൊക്കെയായാലും താൻ എത്തിപ്പെട്ട, തികച്ചും അപരിചിതമായ ആ നഗരത്തിൽ അയാൾ പക്ഷേ തികഞ്ഞ സുപരി ചിതനെപ്പോലെയായിരുന്നു പെരുമാറിയത്.

ഭ്രാന്ത് ഒരു അന്ധവിശ്വാസമാണ്. എല്ലാമറിയാം എന്നു വിശ്വസിക്കുന്ന സന്തോഷകരമായ ഒരുതരം അജ്ഞത അതിനകത്തുണ്ട്. എത്രയോ നാഴികകൾക്കിപ്പുറം പുറന്തള്ളിയിട്ടും അയാൾ തന്റെ ഉന്മാദത്തിന്റെ പൊട്ടിപ്പൊളിഞ്ഞ വാസ്തുവിൽ തന്റേതായ മുറികളും തീൻമേശകളും ചിന്താമുറികളും ഘടിപ്പിച്ചു. യാഥാർത്ഥ്യത്തിനുമേൽ അയാളുടെ യാഥാർത്ഥ്യം എന്ന സ്ഥലകാലം ഏതു ഖരവസ്തുക്കളെയും ഭാര രഹിതമാക്കി. തന്റെ കുപ്പായത്തിന്റെ കീശയിലിടാവുന്നതേയുള്ളൂ അയാൾക്ക് ഒരു വീട്. ഒരു കെട്ടിടസമുച്ചയം. എന്തിനേറെ ഒരു മഹാ നഗരംപോലും. പക്ഷേ വിശപ്പ് അങ്ങനെയായിരുന്നില്ല. ഭ്രാന്തിനെപ്പോലും കടിച്ചുകുടയുമത്. ഒരു പട്ടിയുടെ ഘ്രാണശക്തിയിലേക്കു പരകായ പ്രവേശം നടത്തി അയാൾ നഗരത്തിന്റെ കോണുകളിൽ ആർത്തിയോടെ അലഞ്ഞുതിരിഞ്ഞു.

ഭക്ഷണത്തിനുവേണ്ടിയുള്ള അന്വേഷണം അയാളെ എത്തിച്ചത് വൈഫൈ അടക്കമുള്ള പല അത്യന്താധുനിക സംവിധാനവും അടുത്തിടെ ഇൻസ്റ്റാൾ ചെയ്ത്, കേന്ദ്രമന്ത്രിയും ശിങ്കിടികളും വന്ന് ഉദ്ഘാടനം ചെയ്തുപോയ ആ ബഹുനില കെട്ടിടത്തിനടുത്തായിരുന്നു. സാറ്റലൈറ്റിൽനിന്ന് നേരിട്ട് ഇര പിടിക്കുന്ന ഒരു കെട്ടിടത്തിനരികെ വഴി തെറ്റി വെച്ചതുപോലെ ഒരു ചവറുവീപ്പ ഉണ്ടായിരുന്നു. ചവറുവീപ്പയുടെ കാര്യത്തിൽ നാം അത്രയേറെ ആധുനികവത്കരിക്കപ്പെട്ടിട്ടില്ല. അതെത്ര നന്നായി. സീനിയർ ടെലികോം ഉദ്യോഗസ്ഥനായ ശാരംഗപാണി, ഭാര്യ പ്രത്യേകം വാഴയിലയിൽ പാക്ക് ചെയ്തു കൊടുത്ത ഉച്ചയൂണ് കെട്ടു പൊട്ടിക്കാതെ വീപ്പയിൽ കൊണ്ടുപോയി ഇടുകയായിരുന്നു. ശാരംഗ പാണിയുടെ അതികലശലായ ഉദരാസ്വാസ്ഥ്യം അങ്ങനെ ഭ്രാന്തന് വിഭവ സമൃദ്ധമായ ഒരു ഉച്ചഭക്ഷണമായി കലാശിച്ചു.

അളവറ്റ ആഹ്ലാദത്തോടെ അയാളതുമായി വലിച്ചുനടക്കുകയും നഗര ത്തിലെ ഊടുവഴിയിലേക്ക് ഉൾവലിയുകയും ഒരു പൈപ്പിൻചുവട്ടിൽ നിന്ന് വാരിവലിച്ചു തിന്നുകയും ചെയ്തു. എന്തിനേറെ, സ്ഥിരബുദ്ധിയുള്ള ആളെപ്പോലെ ഒന്നുരണ്ടു തവണ ഏമ്പക്കംപോലും വിട്ടു.

അടുത്തത്, സിവിൽസ്റ്റേഷനിൽ പുതുതായി ജോലിക്കു കയറിയ എൽ.ഡി. ക്ലാർക്ക് സുരേഷ്കുമാർ കെ.കെ. ഉച്ചയ്ക്കുശേഷം ഒപ്പിട്ടു മുങ്ങാൻ അയാൾ ഇതിനകം പരിശീലനം നേടിക്കഴിഞ്ഞിരുന്നു. നഗര ത്തിലെ തിയേറ്ററിൽനിന്ന് ഒരു അശ്ലീലപടം കാണാനുള്ള ധൃതിപിടിച്ചുള്ള നടത്തമാണ്. ഒരു സിഗരറ്റെടുത്തു കത്തിക്കുന്നതിനിടയിൽ മറ്റൊരെണ്ണം താഴെ വീണു. ഭ്രാന്തനന്നു കുശാൽതന്നെ. വിലകൂടിയ ആ സിഗരറ്റെ ടുത്ത് ചുണ്ടിൽവെച്ച് എതിരെ വന്ന പി.എം. ബാലകൃഷ്ണനി(നഗര ത്തിലെ കുറിക്കമ്പനിയിൽ റിസീവർ)ൽ നിന്ന് തീ വാങ്ങി, സിഗരറ്റിൽ പിടിപ്പിച്ച് ഒരു ജ്വല്ലറിയുടെ പരസ്യമുള്ള അരമതിലിൽ ചാരി പുകവിട്ടു രസിക്കവേ, ഭ്രാന്തനെപ്പോലും ഞെട്ടിച്ചുലച്ചുകൊണ്ട് എന്തോ പൊട്ടി ത്തെറിക്കുന്ന ശബ്ദം കേട്ടു. പെട്ടെന്ന് നഗരത്തിന്റെ കലപിലകളെ നിശ്ചലമാക്കിക്കൊണ്ട് നൂറുകണക്കിന് പൊലീസ് ജീപ്പും ആംബുലൻസ് വണ്ടികളും ഫയർ സർവ്വീസ് വാഹനങ്ങളും ടി.വി ചാനലിന്റെ ഒ.ബി. വാനുകളും തലങ്ങും വിലങ്ങും കുതിച്ചു. ഒന്നും മനസ്സിലാകാതെ ജനം തരിച്ചുനിൽക്കേ, സിവിലിയന്മാർക്കുള്ള മുന്നറിയിപ്പുകളും നിർദ്ദേശങ്ങളും നിറച്ച അനൗൺസ്മെന്റുകൾ മുഴങ്ങി.

ജനങ്ങളുടെ പ്രത്യേക ശ്രദ്ധയ്ക്ക്,

സി.ആർ.പി.സി. റൂൾ 144 പ്രകാരം നഗരത്തിൽ കൂട്ടംകൂടി നിൽക്കു കയോ മുദ്രാവാക്യം മുഴക്കുകയോ പൊതുയോഗങ്ങൾ സംഘടിപ്പിക്കു കയോ ചെയ്യുന്നത് നിരോധിച്ചിരിക്കുന്നു. ആളില്ലാത്ത സ്യൂട്ട്കേസുകൾ, പെട്ടികൾ, റേഡിയോ, ടെലിവിഷൻ, കമ്പ്യൂട്ടറുകൾ, മൊബൈൽ ഫോണുകൾ എന്നിവ കണ്ടാൽ എടുക്കരുത്. ഉടൻ പൊലീസ് കൺട്രോൾ റൂമിൽ വിളിച്ചറിയിക്കേണ്ടതുമാണ്. ആരെങ്കിലും അസ്വാഭാവികമായി

പെരുമാറുകയോ സംശയാസ്പദമായ നിലയിൽ പ്രവർത്തിക്കുകയോ ചെയ്താലും ഉടൻ കൺട്രോൾ റൂമിൽ വിവരമറിയിക്കേണ്ടതാണെന്ന് പൊലീസ് ഡിപ്പാർട്ടുമെന്റ് അറിയിച്ചുകൊള്ളുന്നു. പൊതുജനങ്ങളുടെ പ്രത്യേക ശ്രദ്ധയ്ക്ക്, സി.ആർ.പി.സി. റൂൾ 144 പ്രകാരം നഗരത്തിൽ കൂട്ടംകൂടി നിൽക്കുകയോ...

നഗരത്തിൽ പലയിടങ്ങളിലായി അതിമാരകശേഷിയുള്ള ബോംബുകൾ പൊട്ടിത്തെറിച്ചതായി നിമിഷങ്ങൾക്കകം ശ്രുതി പരന്നു. ആളുകൾ സംശയചിത്തരായി പരക്കംപാഞ്ഞുതുടങ്ങി.

അവസാനത്തെ പുകയും വിട്ട് ചെറുചിരിയോടെ ഭ്രാന്തൻ എല്ലാം കേൾക്കുന്നുണ്ടായിരുന്നു. അയാൾ ആത്മഗതംപോലെ പറഞ്ഞു: ഇങ്ങനെയുമുണ്ടോ ഒരു ഭ്രാന്ത്.

ഡി.ഐ.ജി. കെ.എം. കുരുവിള, സ്പെഷ്യൽ ബ്രാഞ്ചിലെ ജയരാജ്, സ്പെഷ്യൽ ഇൻവെസ്റ്റിഗേറ്റീവ് ടീമിലെ എൻ.എസ്. സ്വാമി, ക്രൈം ബ്രാഞ്ച് എസ്.പി. നാസിമുദ്ദീൻ, സിറ്റി കമ്മീഷണർ ജഗജിത്ത്, ആന്റി ടെററിസ്റ്റ് വിങ്ങിലെ വിജയൻ, ഹോം സ്പെഷ്യൽ സെക്രട്ടറി വിനുലാൽ, ഫോറൻസിക് വിഭാഗം മേധാവി ഡോ. മാത്യു ഉലകത്തിൽ എന്നിവരുടെ സവിശേഷവും ഗൗരവതരവുമായ ഒരു കൂടിയാലോചനായോഗമായിരുന്നു, ഗൂഢഗന്ധമുള്ള ആ മുറിയിൽ. സ്പെഷ്യൽ വിങ്ങിലെ പ്രധാനോദ്യോഗസ്ഥനായ എൻ.എസ്. സ്വാമി അങ്ങേയറ്റം അക്ഷമനായിരുന്നു. ഓരോ അഞ്ചു മിനുട്ടിലും ഡൽഹി ഹോം ഡിപ്പാർട്ടുമെന്റിൽ നിന്ന് വിളിച്ചുകൊണ്ടിരിക്കുന്നു: It must be reported within 24 hours.

ഇത്രയും ആസൂത്രിതമായ സ്ഫോടനങ്ങൾക്കു പിന്നിൽ ആരാണ്? അവരുടെ ഫൈനൽ ടാർജറ്റ് എന്തായിരുന്നു? സ്ഫോടനത്തിന്റെ സ്വഭാവം, മുൻസ്ഫോടനങ്ങളുടെ കേസ് ഹിസ്റ്ററി, എല്ലാമെല്ലാം നിമിഷങ്ങൾക്കുള്ളിൽ ഹാജരാക്കപ്പെട്ടുകഴിഞ്ഞു. കാലത്ത് ഏഴുമണിക്കു തുടങ്ങിയ ഡിസ്കഷൻ രണ്ടര കഴിഞ്ഞിട്ടും എങ്ങുമെത്തിയില്ല. ലഞ്ചു കഴിഞ്ഞാവാം എന്നു വിചാരിച്ച് എഴുന്നേൽക്കാൻ തുടങ്ങുമ്പോഴാണ് ഒരു അടിയന്തരസന്ദേശം സിറ്റി കമ്മീഷണർക്കു വരുന്നത്. സകലതും അരിച്ചു പെറുക്കിയതിൽനിന്നു വിട്ടുപോയ ഒരെണ്ണം. പുതുതായി ഓപ്പൺ ചെയ്ത വൈഫൈ ടെലികോം കെട്ടിടസമുച്ചയത്തിൽവെച്ച ഒളിക്യാമറയിൽ സംഭവങ്ങളുടെ ചുരുളഴിച്ചേക്കാവുന്ന ഒരു രഹസ്യം. പാനിങ് ഷോട്ടാണ്. ചെറിയൊരു ദൃശ്യം. കൂടിയാൽ നാലു സെക്കൻഡ്.

നഗരത്തിന്റെ വിവിധഭാഗങ്ങളിൽ സംഭവിച്ച പതിന്നാലു സ്ഫോടനങ്ങളിലൊന്ന് ടെലികോം കോർണറിലാണ്. വെയ്സ്റ്റുവീപ്പയിൽ നിന്നാണ് അതു സംഭവിച്ചതെന്ന് ഫോറൻസിക് വിഭാഗം ഐഡന്റിഫൈ ചെയ്തു കഴിഞ്ഞതാണ്. കഴുത്തിനുള്ള വ്യായാമം ചെയ്യുന്ന ഒരാളെപ്പോലെ ചലിക്കുന്ന ഒളിക്യാമറയിൽ വളരെ സാധാരണമെന്നു തോന്നുന്ന ഒരു ഷോട്ട്! പക്ഷേ അതീവനിർണായകം! നിർഭാഗ്യവശാൽ വിശദാംശങ്ങളില്ല, റിവോൾവിങ് പൊസിഷനാണ്.

അപ്പോഴേക്കും ഫ്ളാഷ് ഡ്രൈവിൽ ട്രാൻസ്ഫർ ചെയ്ത വിഷ്വൽ പീസുമായി സി.ഐ. മോഹനൻ കുതിച്ചെത്തിക്കഴിഞ്ഞിരുന്നു.

സ്ഫോടനവുമായി ബന്ധപ്പെട്ട അന്വേഷണത്തിനായി നഗരത്തിന്റെ തലങ്ങും വിലങ്ങും നാനൂറിലേറെ പൊലീസുദ്യോഗസ്ഥരെ രഹസ്യമായും പരസ്യമായും വിന്യസിച്ചുകഴിഞ്ഞിരുന്നു. അതിലൊരാൾ മാത്രമാണ് സി.ഐ. മോഹനൻ. ഫ്ളാഷ് ഡ്രൈവ് കമ്മീഷണർക്കു കൈമാറി മോഹനൻ കനത്ത സല്യൂട്ടടിച്ചു പിൻവാങ്ങി.

നേരത്തെ തയ്യാറാക്കിവെച്ച സ്ക്രീൻ തെളിഞ്ഞു. സംശയാസ്പദമായ രംഗത്തിന്റെ നാലു സെക്കൻഡുകൾ. വിശദാംശങ്ങളില്ല. ടെലികോം കോർണറിലെ വീപ്പയിൽ താടിക്കാരനായ ഒരാൾ ഒരു പൊതി കൊണ്ടുവെക്കുകയാണോ? എടുക്കുകയാണോ? രംഗം പലതവണ റീപ്ലേ ചെയ്തു നോക്കി... ഒരവ്യക്തത. സ്പെഷ്യൽ വിങ്ങിലെ എൻ.എസ്. സ്വാമി അലറി – ഇതവൻതന്നെ! ലഷ്കർ ഭീകരൻ! ഒന്നു സ്ലോമോഷനിൽ പ്ലേ ചെയ്തേ. വീപ്പയിൽനിന്നുള്ള പൊതി എടുക്കുകയാണോ വെക്കുകയാണോ? പലതവണ പ്ലേ ചെയ്തതിൽ രണ്ടിടത്താണ് മുട്ടിനിൽക്കുന്നത്. ഒന്നാം പകുതി – കൈയിൽ ഒരു പൊതി. രണ്ടാംപകുതി – കൃത്യനിർവഹണത്തിനിടയ്ക്കു തിരിഞ്ഞ് സംശയാസ്പദമായി ആൾക്കൂട്ടത്തെ ഒന്നു പാളിനോക്കുന്നു.

പൊതി എടുക്കുകയല്ലേ സാർ എന്ന ആന്റി ടെററിസ്റ്റു വിങ്ങിലെ വിജയന്റെ സംശയത്തെ രൂക്ഷമായ ഒരു നോട്ടംകൊണ്ട് എൻ.എസ്. സ്വാമി നിശ്ശബ്ദമാക്കിക്കളഞ്ഞു.

അവ്യക്തമായ അത്തരം സാഹചര്യത്തെളിവുകളല്ല നാം റിസീവ് ചെയ്യേണ്ടത്. ബോഡി ലാംഗ്വേജ്! ഡി.ഐ.ജി. കുരുവിള മേശപ്പുറത്തടിച്ച് അതിനെ പിന്താങ്ങി.

യെസ്, ബോഡി ലാംഗ്വേജ്. പൊതി വീപ്പയിലേക്കു വെക്കുകയോ എടുക്കുകയോ ചെയ്യുന്ന ഒരാൾ എന്തിനാണ് ഭയാശങ്കകളോടെ മുഖം തിരിച്ച് സംശയാസ്പദമായി കൃഷ്ണമണികൾ ഇങ്ങേ കോൺവരെ ഉരുട്ടുന്നത്? ആ സീൻ ഒന്നുകൂടി വരട്ടെ.

ക്ലോസപ്പിൽ വന്ന് താടിക്കാരൻ തറച്ചുനിന്നു. ഇന്റലിജൻസ് വിങ്ങിലെ ജയരാജ് ഓർമ്മിപ്പിച്ചു.

സർ, ടൈം കോഡ് നോക്കൂ.

കൃത്യം 1.50നു സ്ഫോടനം നടക്കുന്നു. ഒന്നേ പതിനേഴിനു പൊതി – അതായത് സ്ഫോടകവസ്തു – പ്രതി കൊണ്ടുപോയി വെക്കുന്നു. സുരക്ഷിതമായ ഒരിടത്ത് അയാൾക്ക് എത്തിച്ചേരാൻ 33 മിനുട്ട് ധാരാളം. എല്ലാം സ്വാഭാവികം. കൂട്ടത്തിൽ കൊല്ലപ്പെട്ട സിവിൽ സ്റ്റേഷനിലെ എൽ.ഡി. ക്ലർക്ക് സുരേഷ്കുമാർ കെ.കെ.യുടെ കാര്യത്തിൽ മാത്രമാണ് ചെറിയൊരു സംശയം. ഉച്ചയ്ക്കുശേഷം അയാൾ ഓഫീസിലുണ്ടായിരുന്നില്ലെന്നു പറയുന്നു. നഗരത്തിൽ സിനിമ കാണാൻ മുങ്ങിയതായിരുന്നെന്നും റിപ്പോർട്ടുണ്ട്.

ആ താടിക്കാരനെ ഒന്നുകൂടി ക്ലോസപ്പ് ചെയ്തേ. തിരിഞ്ഞു നോക്കുന്ന ദൃശ്യം- എൻ.എസ്. സ്വാമി പറഞ്ഞു.

ഫീച്ചേഴ്സിൽ ഇത്തിരി കാശ്മീരി ലുക്കുണ്ട്, ല്ലേ, സർ? പോരാത്തതിനു താടിയും.

തള്ളിക്കളയാനാവില്ല. എത്രയും പെട്ടെന്നിവനെ പൊക്കണം.

സന്ദേശം മിന്നൽവേഗത്തിൽ നഗരത്തിലും പുറത്തും എത്തി; ഫോട്ടോയും.

നാലാമത്തെ മണിക്കൂറിൽ ക്രൈംബ്രാഞ്ച് എസ്.പി. നാസിമുദ്ദീന് ഒരു മെസ്സേജ് വന്നു. ആളെ പൊക്കിയിരിക്കുന്നു സർ. പക്ഷേ... ഒരബദ്ധം പറ്റി.

എന്തബദ്ധം?

ചാനലുകാർ എങ്ങനെയോ മണത്തറിഞ്ഞിരിക്കുന്നു. ബ്രേക്കിങ് ന്യൂസും സ്ക്രോളിങ്ങും ഒ.ബി. വാനുമൊക്കെയായി പൂരത്തിന്റെ പ്രതീതിയാണ്.

നാസിമുദ്ദീന് ശരിക്കും ദേഷ്യം വന്നു. ഡിപ്പാർട്ടുമെന്റിൽത്തന്നെ ആവശ്യത്തിന് ഒറ്റുകാരുണ്ടല്ലോ. ഇഡിയറ്റ്സ്! ഇനിയീ ഐറ്റംകൊണ്ട് അവർ എന്തെല്ലാം വിഭവങ്ങളാണ് വെക്കാൻ പോകുന്നതെന്നു കണ്ടറിയണം.

കോൺഫറൻസ് പിരിയുംമുമ്പ് ഡി.ഐ.ജി. കുരുവിള പ്രഖ്യാപിച്ചു: കേസിലെ പ്രധാന കണ്ണിയാണയാൾ. ചോദ്യം ചെയ്യാൻ അതിരഹസ്യമായ ഒരിടം വേണം.

എല്ലാം മിനുട്ടുകൾക്കകം ഒരുക്കപ്പെട്ടു.

ചോദ്യംചെയ്യൽ സംഘത്തിൽ മുഖ്യമായും ആറു പേരുണ്ടായിരുന്നു.

സിറ്റി കമ്മീഷണർ ജഗജിത്ത്, എൻ.എസ്. സ്വാമി, ആന്റി ടെററിസ്റ്റ് വിങ്ങിലെ വിജയൻ, വിനുലാൽ, ഫോറൻസിക്കിലെ ഡോ. മാത്യു ഉലകത്തിൽ, കൂടാതെ പുതിയൊരു ഗസ്റ്റുമുണ്ട് - ക്രിമിനൽ സൈക്കോളജിസ്റ്റ് ഡോ. കാശി. ദേഹോപദ്രവമേല്പിക്കരുതെന്ന പ്രത്യേക നിർദ്ദേശം നൽകി ഡി.ഐ.ജി. കുരുവിള വേറെ ഔദ്യോഗിക ചടങ്ങുകളിലേക്കു നീങ്ങി.

ഒരു ഫൈവ് സ്റ്റാർ ഹോട്ടലിലെ കോഫീഹൗസിലെന്നപോലെ പ്രത്യേകം ഒരുക്കിവെച്ച മുറിയിലേക്ക് താടിക്കാരൻ ആനയിക്കപ്പെട്ടതും എല്ലാവരും എഴുന്നേറ്റു നിന്നുപോയി. ഉദ്യോഗസ്ഥരിൽ കമ്മീഷണർ ജഗജിത്ത് മാത്രമേ ഔദ്യോഗികവേഷം ധരിച്ചിരുന്നുള്ളൂ. കമ്മീഷണറെ കണ്ടതും അത്യുത്സാഹം കലർന്ന ജിജ്ഞാസയോടെ ഭ്രാന്തൻ ഒരു സല്യൂട്ട് വെച്ചുകൊടുത്തു. പ്രതിയുടെ ഭാരിച്ച വിലയോർത്ത് അറിയാതെ ജഗജിത്ത് തിരിച്ച് വിഷ് ചെയ്തുപോയി.

എൻ.എസ്. സ്വാമി എഴുന്നേറ്റ് പ്രതിയെ ഹാർദ്ദമായി സ്വാഗതം ചെയ്തു.

പ്ലീസ്, കമോൺ.

ഒരു നിമിഷം അലസമായി ആകെയൊന്നു നോക്കി താടിയുഴിഞ്ഞ് നാണം കലർന്ന ഒരു ചെറുചിരി ചിരിച്ച് അങ്ങനെ നിന്ന പ്രതിയോടായി എൻ.എസ്. സ്വാമി മികച്ച ഒരു കസേര ചൂണ്ടി ഇരിക്കാൻ ആംഗ്യം കാട്ടി.

ഒരുവിധം ഇരുന്നുകഴിഞ്ഞതും പ്രതിയുടെ മനോമുകുരം ചായക്കപ്പ് നിറച്ച ട്രേയുമായി വരുന്ന പുതുമണവാട്ടിയെ കാത്തിരുന്നു. ഇപ്പോഴയാൾ ഒരു പെണ്ണുകാണലിനു വന്നിരിക്കുകയാണ്.

പേരു പറഞ്ഞില്ല.

ആന്റി ടെററിസ്റ്റ് വിങ്ങിലെ വിജയൻ ചോദിച്ചു.

സോറി, പേരു പറയാൻ വിട്ടുപോയി. ഞാൻ കിൽജി. അലാവുദ്ദീൻ കിൽജി.

താങ്കളുടെ സംഘടനയിൽ വിളിക്കുന്ന പേരാവും.

യേസ്.

കേരളത്തിലെവിടെയാണ്?

പ്രതി തിരിച്ചു ചോദിച്ചു.

ചായയെവിടെ?

കമ്മീഷണർ ജഗജിത്ത് ഇന്റർകോമിൽ ചായ കൊണ്ടുവരാൻ ആവശ്യപ്പെട്ടു.

കഴിക്കാനെന്താണു വേണ്ടത്?

ചോറു കിട്ടുമോ?

ക്രിമിനൽ സൈക്കോളജിസ്റ്റ് ഡോ. കോശി സ്വാമിയെ ഒന്നുനോക്കി. വിചാരിച്ചതിലും ഭയങ്കരൻ ആണ്. നിനക്കൊന്നും എന്നെക്കൊണ്ട് ഒരു ചുക്കും പറയിപ്പിക്കാൻ പറ്റില്ല എന്ന ഒരു അലസഭാവം.

കിൽജി കേരളത്തിലെവിടെയാണ്?

ഏറെയും പുറത്തായിരുന്നു. ഔട്ട് ഓഫ് സ്റ്റേറ്റ്.

കശ്മീർ?

യേസ്. പഠിച്ചതും കളിച്ചു പഠിച്ചതും ഒക്കെ അവിടെനിന്നായിരുന്നു.

ട്രെയിനിങ്ങും?

അതെ!

ഡോ. കോശി മനസ്സിൽ അടയാളപ്പെടുത്തി.

അതിഭയങ്കരൻ! ഒരു നിലയ്ക്കും ഭേദിക്കാനാവാത്ത മനസ്സ്. മൂന്നാം മുറ മാത്രമാണ് പ്രതീക്ഷ. പ്രതിയുടെ കണ്ണുകളിലെ ആ അലസാവസ്ഥ യാണ് ഭയാനകമായ അതിർത്തിപ്രദേശം.

ഇടയ്ക്ക് എൻ.എസ്. സ്വാമി അക്ഷമനായി എഴുന്നേറ്റു.

നോക്കൂ കിൽജീ, ഇന്നലെ ഉച്ചമുതൽ ഞങ്ങൾ നേരാംവിധം ശ്വാസം കഴിച്ചിട്ടില്ല. ഒരു പോള കണ്ണടച്ചിട്ടില്ല. കാര്യങ്ങൾ നേരെ ചൊവ്വേ പറയുന്നതാണ് നമ്മൾക്കേവർക്കും നല്ലത്. ആമുഖം, വിശേഷണപദം എന്നിവ ഒഴിവാക്കാം.

ആദ്യചോദ്യം:

സ്ഫോടകവസ്തുക്കൾ ഇനി എവിടെയെങ്കിലും പൊട്ടാൻ ബാക്കി കിടപ്പുണ്ടോ? ഉണ്ടെങ്കിൽ എവിടെയൊക്കെ?

സ്ഫോടകവസ്തു, അതായത് RDX.

കിൽജിക്ക് ഇപ്പോൾ തോന്നുന്നത് താനൊരു സിനിമയിലഭിനയിക്കുകയാണ് എന്നാണ്. താൻ അതിലൊരു അധോലോകനായകനാണ്. ക്യാമറ സ്റ്റാർട്ടു ചെയ്തുകഴിഞ്ഞു.

മി. ഇൻസ്പെക്ടർ, കുട്ടികളോടെന്നപോലെ ഇങ്ങനെ സില്ലി ആയി ചോദിക്കാതെ. ഞാൻ അധോലോകനായകർക്ക് ഇതൊക്കെ വെറും പുല്ലാണ്, പുല്ല്!

നിയന്ത്രിക്കാനാവാത്ത ഒരു ആർത്തുചിരി കിൽജിയിൽനിന്നു പൊട്ടിപ്പുറപ്പെട്ടു.

എൻ.എസ്. സ്വാമിക്കു നിയന്ത്രണം വിട്ടു.

ഷട്ടപ്പ്!

എങ്ങും നിശ്ശബ്ദത.

പെട്ടെന്ന് ചിരി നിർത്തി കിൽജി സോറി പറഞ്ഞു.

ഇത്ര ചിരി വേണ്ടെങ്കിൽ നമുക്കു മറ്റൊരു ടേക്കാവാം... എവിടെ ടച്ച് അപ്പ്?

നീ പരിഹസിക്കുകയാണ്. സത്യം പറയിക്കാൻ അനേക സംവിധാനങ്ങൾ ഞങ്ങളുടെ ഡിപ്പാർട്ടുമെന്റിലുണ്ടെന്നറിയാമല്ലോ.

കമോൺ കിൽജീ, എവിടെയൊക്കെ താങ്കളും സംഘവും ബോംബ് വെച്ചിട്ടുണ്ട്? നിങ്ങൾ ആര്, എന്നതിനെക്കാൾ ഒട്ടും വൈകാതെ കിട്ടേണ്ട മറുപടിയാണത്. വികലമായ മലയാള ഉച്ചാരണത്തിൽനിന്ന് ജഗജിത്ത് ഐ.പി.എസ്സിന് ഇതുവരെ മോചനം കിട്ടിയിട്ടില്ല.

ഞങ്ങൾക്കറിയാം നിങ്ങൾ സംഘത്തിന്റെ ഒരു കരു മാത്രമാണെന്ന്. കമോൺ, എവിടെയൊക്കെ എക്സ്പ്ലോസീവ് ഐറ്റം വെച്ചിട്ടുണ്ട്?

കിൽജി പറഞ്ഞു:

"എനിക്കു വിശക്കുന്നു."

ചായ കുടിച്ചില്ലല്ലോ.

എനിക്കെറച്ചീം പൊറോട്ടേം വേണം. എന്നിട്ടു പറയാം.

വിനുലാൽ കമ്മീഷണറെ ഒന്നു നോക്കി ഇന്റർകോമിൽ കൈ സ്പർശിച്ചു.

അപ്പോഴേക്കും എൻ.എസ്. സ്വാമിയുടെ മൊബൈൽ ശബ്ദിച്ചു. അങ്ങേത്തലയ്ക്കൽ എസ്.ഐ.ടിയിലെ ഓഫീസറാണ്. പത്രക്കാർ, ചാനലുകൾ-ഇവരെക്കൊണ്ട് പൊറുതിമുട്ടിയിരിക്കുക യാണ്. എന്തുപറയണം സർ?

നാശങ്ങൾ! ഒന്നും പറയാറായിട്ടില്ല.

അങ്ങനെ പറഞ്ഞാൽ പറ്റില്ല സർ. ഹോമിൽനിന്ന് അസിസ്റ്റന്റ് സെക്ര ട്ടറിയുടെ പ്രത്യേക നിർദ്ദേശമുണ്ട്. വിവരാവകാശ...

പ്രധാനപ്രതിയെ തിരഞ്ഞുകൊണ്ടിരിക്കുകയാണെന്നു മാത്രം പറയൂ. ഒരു കാരണവശാലും പത്രക്കാരുടെ കൈയിൽ ഫോട്ടോ പെടരുത്.

കിൽജീ, നിങ്ങൾക്കെത്ര മൊബൈൽ ഫോണുണ്ട്?

എവിടെ എറച്ചീം പൊറോട്ടേം? നിക്ക് വിശക്കുന്നു.

ക്രിമിനൽ സൈക്കോളജിസ്റ്റ് ഡോ. കോശി എൻ.എസ്. സ്വാമിയെ നോക്കി.

ചോദ്യം ചെയ്യലിന് ചെറിയൊരു ഇടവേള പ്രഖ്യാപിച്ചുകൊണ്ട് പുറ ത്തിറങ്ങുമ്പോൾ എൻ.എസ്. സ്വാമിയോടായി ഡോ. കോശി പറഞ്ഞു:

"നമ്മൾ വിചാരിച്ചതിനേക്കാൾ മാരകമായ ഇനമാണ്. ഡി.ഐ.ജി യിൽനിന്ന് പെർമിഷൻ വാങ്ങി മൂന്നാംമുറയിലേക്കു കൊണ്ടുപോവുന്ന താണ് നല്ലത്.

എൻ.എസ്. സ്വാമിയെ ഇതിനകം ആകപ്പാടെ ഒരു ആശയക്കുഴപ്പം ചൂഴ്ന്നുനിന്നിരുന്നു.

എവിടെയോ ഒരു അബ്നോർമാലിറ്റി ഫീൽ ചെയ്യുന്നുണ്ട്, ഇടയ്ക്ക്... ആം ഐ കറക്ട്?

ഡോ. കോശിയുടെ ഈഗോവിലാണത് കൊണ്ടത്. ക്ഷോഭം ഉള്ളില ടക്കി അദ്ദേഹം ചിരിച്ചുകൊണ്ടു പറഞ്ഞു:

"സർ, എന്റെ ലെറ്റർഹെഡ് ശ്രദ്ധിച്ചില്ലെന്നു തോന്നുന്നു. അമേരിക്കൻ യൂണിവേഴ്സിറ്റിയിൽനിന്നായിരുന്നു എന്റെ ഡോക്ടറേറ്റ്... അതും സൈക്കോളജിയിൽ. ഭ്രാന്തനായി അഭിനയിക്കുകയാണ് അവൻ.

അമേരിക്കൻ യൂണിവേഴ്സിറ്റി, ഡോക്ടറേറ്റ് എന്നീ രണ്ടു പദങ്ങൾ എൻ.എസ്. സ്വാമിയെ പെട്ടെന്നു ഞെട്ടിച്ചുണർത്തി. അദ്ദേഹം ഡോ. കോശിയുടെ അഭിപ്രായത്തോട് അതിവേഗത്തിൽ ചേർന്നുനിന്നു.

എനിക്കും തോന്നി.

ഏറെക്കുറെ ഒരു പകൽതന്നെ നീണ്ടുനിന്ന ചോദ്യംചെയ്യലിനും ഭേദ്യം ചെയ്യലിനുംശേഷം കിൽജി സത്യങ്ങൾ ഓരോന്നായി പറഞ്ഞു. പാക്കിസ്താൻ തീവ്രവാദികളിൽനിന്നു കിട്ടിയ കഠിനപരിശീലനം. ബോംബെ എക്സ്പ്ലോഷനിലെ പാർട്ടിസിപ്പേഷൻ. ബാംഗ്ലൂരിൽവെച്ച്

രാജ്യരക്ഷാമന്ത്രിയെ കൊല്ലാൻ നടത്തിയ വിഫലശ്രമം. പാർലമെന്റ് ആക്രമണം.

നഗരത്തിൽ ഏതു നിമിഷവും പൊട്ടാറായിക്കിടക്കുന്ന അതി സ്ഫോടനശേഷിയുള്ള ബോംബുകൾ സൂക്ഷിച്ചിരിപ്പുണ്ടെന്നും കിൽജി പറഞ്ഞു. തന്റെ ഭ്രാന്തനായുള്ള ജീവിതം വെറും അഭിനയമാണെന്നും.

നഗരത്തിൽ ഏതേതിടങ്ങളിൽ ബോംബ് വച്ചിട്ടുണ്ട് എന്നുമാത്രം കിൽജിക്കു പറയാൻ കഴിഞ്ഞില്ല. അതികഠിനമായ മർദ്ദനത്തിനൊടുവിൽ, ആർ.ഡി. എക്സ്, ആർ.ഡി.എക്സ് എന്നുമാത്രം അയാൾ പുലമ്പി ബോധ രഹിതനായി.

മർദ്ദനത്തിന്റെ ആദ്യപകുതിയിൽ കിൽജി തിരിച്ചടിച്ചിരുന്നു എന്നതു വാസ്തവമാണ്. സത്യത്തിൽ അത് തന്റെ ഭ്രാന്തിയായ മൂത്ത പെങ്ങളെ തെരുവിലിട്ടു തല്ലുന്ന സംഘത്തിൽനിന്ന് അവളെ രക്ഷിക്കാനുള്ള പോരാട്ടമായിരുന്നു. തൊട്ടടുത്ത പള്ളിയിൽനിന്ന് സുബ്ഹി വാങ്ക് വിളിക്കുമ്പോഴെഴുന്നേൽക്കും. പത്രക്കെട്ടെടുത്ത് സൈക്കിളിൽ നൂറ്റമ്പ തോളം വീടുകളിൽ കൊണ്ടുപോയിട്ടാണ് പഠിച്ചതും പെങ്ങളെ ചികിത്സിച്ചതുമൊക്കെ. വല്ലപ്പോഴും ടൗണിൽനിന്നൊരു സിനിമ. അയാളുടെ ഏക വിനോദം. ഒരിക്കൽ വളരെ യാദൃച്ഛികമായി ഒരു സിനിമാ ഷൂട്ടിങ് കാണുകയുണ്ടായി അയാൾ. അതിന്റെ വിസ്മയം ദിവസങ്ങ ളോളം അയാളെ പൊതിഞ്ഞുനിന്നു.

എത്ര കരുതലോടെയാണ് പെങ്ങളെ കൊണ്ടുനടന്നത്. എന്നിട്ടും അവർ കബളിപ്പിച്ച് പുറത്തുകടന്നു. അമ്പത്തഞ്ചാമത്തെ വയസ്സിലും അവൾ സാമൂഹ്യദ്രോഹികളാൽ ബലാത്സംഗം ചെയ്യപ്പെട്ടു. പെങ്ങൾ പറഞ്ഞുതുടങ്ങിയ അഭിപ്രായങ്ങൾ പതിയെ ശരിയാണെന്നു തോന്നി ത്തുടങ്ങി അയാൾക്ക്. പത്രത്തിന്റെ കുടിശ്ശികയെച്ചൊല്ലിയുള്ള അടിപിടി യിൽപോലും ഈ മനംമാറ്റം പങ്കുവഹിച്ചു. പലപ്പോഴും കുഴമറിഞ്ഞു പോകുന്ന കാലദേശങ്ങൾ പതിയെ അയാൾ വരച്ച വരയിൽ വരാൻ തുടങ്ങി. കുപ്പായത്തിന്റെ പോക്കറ്റിൽ ഇടുവാനുള്ളതേയുള്ളൂ ഒരു വീട്. ഒരു കെട്ടിടസമുച്ചയം, എന്തിനേറെ ഒരു മഹാനഗരംപോലും.

പത്രക്കുടിശ്ശികയുടെ പേരിലുള്ള അടിപിടിയിൽ അയാൾക്കു മാരക മായ പരിക്കുപറ്റി. നാലു മല്ലന്മാരെ അയാൾ നേരിട്ടത് പിന്നെ ഒളിഞ്ഞു നിന്ന്, പക്ഷേ പൊലീസെത്തി. ശിപാർശ പറയാൻ ആരുമില്ലാത്തവന്റെ നെഞ്ചിൽ പൊലീസ് കസേര വലിച്ചിട്ടു... ഇതാ ഇന്നിപ്പോൾ തന്നെ പൊലീസ് തല്ലിച്ചതയ്ക്കുന്നു.

നനഞ്ഞ വെറും നിലത്ത് അയാൾ കമിഴ്ന്നു കിടന്നു.

കിൽജി.

ആ പേരിൽനിന്ന് അലാവുദ്ദീനെ മുറിച്ചുമാറ്റിയ നിലയിൽ പത്രങ്ങളിൽ അയാളുടെ രേഖാചിത്രം ചോർന്നു.

ഓരോ സെക്കൻഡിനെയും ചുരമാന്തിക്കൊണ്ട് ചാനലുകൾ പടക്കുതിരയെപ്പോലെ കിൽജിക്കു പിറകിലുണ്ടായിരുന്നു.

ആരാണ് കിൽജി എന്നതിന് പത്രങ്ങൾ ജാതകവും ജീവചരിത്രവും എഴുതി. കിൽജി ഒരു വേട്ടമൃഗമായി. ടീപ്പോയിൽ കാലുയർത്തിവെച്ച് കടല കൊറിച്ച് മാന്യന്മാരായ നമ്മൾ അതു കണ്ടു - കശ്മീർ ഭീകരൻ.

റിപ്പോർട്ടർ കാണിപ്പയ്യൂരായി.

കിൽജി വന്നിറങ്ങിയത് ബേപ്പൂർ തുറമുഖത്ത്.

ആറര അടി പൊക്കമെന്ന് ഒരു പത്രം. കുള്ളനെന്ന് മറ്റേ പത്രം.

പൊലീസുകാരിൽനിന്ന് പത്രക്കാർ രഹസ്യമായി വാർത്തകളെ മാന്തി. ഒരു പ്രമുഖപത്രത്തിന്റെ ലീഡ് വായിച്ച് ഡി.ഐ.ജി. സ്വാമിയെ വിളിച്ചു.

എന്താണിത്?

സാർ, മനസ്സിലായില്ല.

അല്ലെങ്കിലും അക്ഷരം പണ്ടേ തനിക്ക് അലർജിയാണല്ലോ. കിൽജി ഒരു വ്യാജപ്പേരാണെന്ന്. പ്രതി അമുസ്ലിമാണ്.

ചാനലുകൾ അതേറ്റെടുത്ത് തീ പാറിയ ചർച്ചകൾ നടത്തി.

കോടതി സ്വമേധയാ കേസെടുത്തു.

കിൽജിയെ ദേഹപരിശോധനയ്ക്കു വിധേയമാക്കണം.

ഒരാഴ്ചത്തെ സമയം ചോദിച്ചു, അന്വേഷണസംഘം.

പ്രത്യേകം തയ്യാറാക്കിയ കസേരയിൽ കൈകൾ പിന്നിൽ വലിച്ചു കെട്ടി, കാലുകൾ ഇരുവശങ്ങളിലേക്കും വലിച്ചുകവച്ചു. ഒരു കുതറലിനു പോലും സാധ്യതയില്ലാത്ത വിധം.

പിറന്നപടിയാലെ ആ ഇരിപ്പിൽനിന്ന് ലിംഗത്തിന്റെ ചർമ്മം ഇടംകൈ കൊണ്ട് വലിക്കുംമുമ്പ്, ഏറെനാളായി പണിയില്ലാതെ അലയുകയായിരുന്ന ആ നാടൻ ഒസ്സാൻ തന്റെ തുരുമ്പിച്ച കത്തി കൈപ്പത്തിയിലെ തഴമ്പിനുമേൽ നാലു തേപ്പു തേച്ചു. പിന്നെ കത്തി വേദനയാൽ കണ്ണടച്ചു ചുംബിച്ചു.

പ്രാണവേദനയോടെ കിൽജി വിളിച്ചു:

അമ്മേ, പെങ്ങളേ, ഓടിവായോ... ■

ഷെയ്ഖ് അമീറലിഖാൻ

പെരുന്നാൾ അവധി, ബന്ദ്, വാഹന പണിമുടക്ക്, രാഷ്ട്രീയ കൊലപാതകം, മന്ത്രിയുടെ മരണം എന്നിങ്ങനെ തുടരത്തുടരെയുള്ള ലീവിനു ശേഷം ഓഫീസിൽ എത്തിയതായിരുന്നു. കുന്നോളം ജോലികൾ മേശയ്ക്കു മുകളിൽ കാത്തിരുന്ന ദിവസം. ഒരു മണിക്കൂർ കഴിഞ്ഞില്ല, ക്യാബിൻ തള്ളിനീക്കി ഒരു മിന്നൽപ്പിണർപോലെ അവർ അകത്തേക്കു കടക്കുകയായിരുന്നു.

അനുവാദം ചോദിക്കാതെയുള്ള ആ വരവിൽ ഒന്ന് ദേഷ്യമടക്കി തലയുയർത്തി നോക്കുമ്പോൾ ഒരു സ്ത്രീ. വയസ്സ് 69 കഴിഞ്ഞിരിക്കും. അങ്ങേയറ്റം കുലീനമായ ആ മുഖത്ത് പ്രകൃതി ബാക്കി വച്ച യൗവനം തിരിച്ചുപോകാൻ മടിച്ച്, ദുഃഖത്തിന്റെ നിഴലിനെ ചാരിനിൽക്കുന്നു. കണ്ണുകളിൽ ആയിരം കുതിരകൾ ഒന്നിച്ചുപായാനൊരുങ്ങുന്ന അക്ഷമയുടെ തിളക്കം. അവയുമായി ഏറ്റുമുട്ടി രണ്ടോ മൂന്നോ നിമിഷം കൊണ്ടുതന്നെ അദ്ഭുതകരമെന്നു പറയട്ടെ ഞാൻ ശാന്തനായി, ഇരിക്കാൻ പറയുന്നതിനുമുമ്പ് അവർ ഇരുന്നുകഴിഞ്ഞു. മനോഹരമായ അവരുടെ പട്ടുസാരി തലയിലേക്കു വലിഞ്ഞെത്തി നോക്കുന്നുണ്ട്.

അയച്ച കഥയെപ്പറ്റിയോ കവിതയെപ്പറ്റിയോ അറിയാൻ വന്നതു തന്നെ. വല്ല മഴക്കവിതയുമാകാം. പ്രായഭേദമന്യേ നമ്മുടെ പെണ്ണുങ്ങൾ അങ്ങനെയാണല്ലോ. മഴ കാണുമ്പോഴേക്കും അവർ കവിതയെഴുതിക്കളയും. അക്ഷമയോടെ ആ പ്രൗഢവനിത പറഞ്ഞു:

ഞാൻ ബീഗം റംലത്ത്. കഴിഞ്ഞ മൂന്നു ദിവസമായി താങ്കളുടെ മൊബൈലിൽ ട്രൈ ചെയ്യുന്നു. റസാക്ക് എന്നോ വഹാബ് എന്നോ അല്ലേ നിങ്ങളുടെ പേര്? ങ്ഹാ, അതു പോട്ടെ. തിരക്കിനിടയിൽ ഞാൻ ബുദ്ധിമുട്ടിക്കുന്നില്ല. കാര്യം പറയാം.

പെട്ടെന്ന് അവരുടെ വിലകൂടിയ ലെതർ ബാഗിൽനിന്ന് ഒരു സി.ഡി കാസെറ്റ് പുറത്തെടുത്തു. ഇത് ഞാനെഴുതി, ഞാൻ സംവിധാനം ചെയ്ത്, ഞാൻ നിർമ്മിച്ച കാസെറ്റാണ്. ആത്മീയതയുടെ വഴിത്താരകൾ. എഡിറ്റിങ്ങും ഞാൻതന്നെ. ക്യാമറയെപ്പറ്റി അറിയാഞ്ഞിട്ടല്ല. പക്ഷെ ഞാനതിൽ പ്രധാനവേഷത്തിൽ അഭിനയിക്കുന്നുണ്ട്. രണ്ടു മണിക്കൂർ ദൈർഘ്യം വരുന്ന ഈ കാസെറ്റിന് എനിക്ക് ഇരുപത്തിമൂന്നു ലക്ഷം

രൂപ ചെലവായി. താങ്കളുടെ മാഗസിനിൽ ഇതിനെപ്പറ്റി ഒരു റൈറ്റപ്പ് കൊടുക്കണം.

അനുസ്യൂതം മുഴങ്ങിയ വെടിയൊച്ചപോലെ അവർ നിരന്തരമായി സംസാരിച്ചുകൊണ്ടിരുന്നു. എനിക്കൊന്നു വർത്തമാനം പറയാൻപോലും ഇടതരാതെ.

സാധാരണഗതിയിൽ വലിയ കോപത്തോടെ ഞാൻ തിരക്കിലാണ്, പിന്നെ വരൂ എന്നെങ്കിലും പറയേണ്ടതാണ്. പക്ഷേ കോപത്തിനു പകരം എന്തുകൊണ്ടോ അവരോട് അളവറ്റ സ്നേഹാദരങ്ങൾ എന്നിൽ പുതുമഴ സ്മൃതിപോലെ നനുത്തുനിന്നു. ഉള്ളിൽനിന്നുള്ള ഈഗോ പക്ഷേ സമ്മതിച്ചില്ല. കോപിക്കൂ, കോപിക്കൂ എന്ന് അത് എന്നോട് ആജ്ഞാപിച്ചുകൊണ്ടിരുന്നു. കാരണങ്ങൾ രണ്ടുണ്ട്. ഒന്ന്, അവർ അനുവാദം ചോദിക്കാതെ ക്യാബിനിലേക്ക് ഇടിച്ചുകയറി വന്നു. രണ്ട്, റസാക്കെന്നോ വഹാബെന്നോ നിങ്ങളുടെ പേര് എന്നു ചോദിച്ച് അപമാനിച്ചു. ഒടുവിൽ അതിനോടുള്ള കോംപ്രമൈസ്പോലെ ഞാൻ പരിഹാസത്തിന്റെ മുനപുറത്തെടുക്കാൻ തീരുമാനിച്ചു.

കോപത്തിന്റെ സർഗാത്മകതയാണ് പരിഹാസം ഇതിനകം ഞാൻ പഠിച്ചുവെച്ചതാണ്.

ഇത്താ, നിങ്ങളന്വേഷിക്കുന്ന പരസ്യവിഭാഗം ഇതേ നിര കഴിഞ്ഞ് കോണി കയറി മൂന്നാംനിലയിലാണ്.

പെട്ടെന്ന് അവരൊന്ന് അന്ധാളിച്ചു. പരിഹാസമാണെന്നു തിരിച്ചറിഞ്ഞ്, കൺമുനകൊണ്ട് ഒരു തട്ടുതട്ടി അവർ ചടുലമായി പ്രശ്നത്തിലേക്കു കടന്നു.

താങ്കളെത്തന്നെയാണെനിക്കു കാണേണ്ടത്. ഇരുപത്തിമൂന്നുലക്ഷം രൂപ ഇറക്കി, അതും അന്നത്തെ, അതായത് പത്തുവർഷം മുമ്പുള്ള ഇരുപത്തിമൂന്നു ലക്ഷം! ഇത്രയും വർഷം ഞാനീ കാസെറ്റ് മാർക്കറ്റിലെത്തിക്കാൻ സ്ട്രഗിൾ ചെയ്യുകയായിരുന്നു.

ഞാൻ നെഞ്ചത്തു കൈവെച്ചു.

ഇരുപത്തിമൂന്നു ലക്ഷം! ഇന്നത്തെ ഒരു കോടി? ഒന്നേകാൽ?

ഇത്ര വർഷമായിട്ടും എന്തുകൊണ്ടിതു മാർക്കറ്റിലെത്തിക്കാനായില്ല- പറയാനൊരുങ്ങിയപ്പോഴേക്കും അതിന്റെ വിശദീകരണം പിറകെ വന്നു. ശരം, ശരംപോലെതന്നെ.

നിങ്ങളോർക്കണം. അമ്പതാമത്തെ വയസ്സിൽ ഒരു കൊള്ളിയാൻ പോലെ എന്റെ മനസ്സിലേക്കത് വന്നുവീഴുകയായിരുന്നു. അന്ന് അൾട്രാ മോഡേൺ ആയി ബോബൊക്കെ ചെയ്ത് മെയ്ക്കപ്പ് കിറ്റുമായി നടക്കുന്ന കാലത്ത് ഒരു ദിവസം എനിക്കു തോന്നി, എന്റെ രീതി അല്പം മാറ്റണം. കാര്യം ഞാൻ ക്ലബ്ബുകളിൽ പോയിട്ടുണ്ട്. ഒറ്റയ്ക്ക് വിദേശയാത്ര നടത്തിയിട്ടുണ്ട്. താമസിച്ചിട്ടുണ്ട്. പക്ഷേ ഭർത്താവ് ഷെയ്ഖ് അമീറലിഖാനുമായല്ലാതെ മറ്റൊരർത്ഥത്തിൽ കൈപിടിക്കാൻകൂടി വിട്ടിട്ടില്ല ഒരാളെയും.

അത്യാവശ്യം മാർഷൽ ആർട്ടൊക്കെ പഠിച്ചിട്ടുള്ളതുകൊണ്ട്, കോൺഫിഡൻസിനും ഒട്ടും കുറവുണ്ടായിരുന്നില്ലെന്നു കൂട്ടിക്കോളൂ. ഞങ്ങൾ ഉത്തരേന്ത്യയിലെ നൂർബീൻ ബീഗത്തിന്റെ പരമ്പരയിൽ വരുന്ന വരാണ്. രാജവംശം. നാലഞ്ച് ജനറേഷനു മുമ്പ് കൊച്ചിയിലെത്തിയ താണ്. ലണ്ടനിലെ ഓപ്പറയിൽനിന്ന് ഫാഷൻ ഡിസൈനിൽ ഡിപ്ലോമ എടുത്തുവന്നിട്ടുണ്ട്, എന്റെ ഉമ്മ. ങ്ഹാ, അമ്പതാമത്തെ വയസ്സിൽ എനി ക്കൊരു വീണ്ടുവിചാരമുണ്ടായ കാര്യമാണല്ലോ പറഞ്ഞത്. കുറെക്കൂടി ആത്മീയമാവണം എന്നൊരു ആജ്ഞ ഉള്ളിൽനിന്ന് ആരോ മുഴക്കുന്നതു പോലെ. എന്നുകണ്ട് ഈ പർദ്ദയുമൊക്കെ ഇട്ട് പെൻഗ്വിൻപോലെ നടക്കാനൊന്നും എന്നെക്കൊണ്ടാവില്ല. ബോബു ചെയ്യുന്നതു നിർത്തി മുടി നീട്ടി വളർത്തി, സാരി ചെറുതായി കയറ്റി തലയിലിട്ടുതുടങ്ങി. സീ, നിങ്ങൾ മനസ്സിലാക്കണം. ഞാൻ ഖുറാൻ അർത്ഥമറിഞ്ഞു കാണാപ്പാഠം പഠിച്ച ഹാഫിളാണ്. ഫിഖ്ഹി കാര്യങ്ങൾ മണിമണിയായി പഠിച്ചിട്ടുണ്ട്. അതുകൊണ്ട് ഒരു പുരോഹിതനും എന്റെ അടുത്ത് വന്നുപദേശിക്കാൻ പറ്റില്ല. നാലു പെൺമക്കളുള്ളത് നാലുപേരും ഹാഫിളാണ്. ഞാൻ തന്നെ യാണ് പഠിപ്പിച്ചതും. അവരൊക്കെ വിദേശത്താണ്. അമ്പതാമത്തെ വയ സ്സിൽ നാലാമത്തെ മകളും യൂറോപ്പിലേക്കു പോയപ്പോൾ എനിക്കു തോന്നി, ജീവിതത്തിലെവിടെയോ ഒരു അന്തസ്സാരശൂന്യത. എന്തുകൊണ്ട് അല്പം ആത്മീയകാര്യങ്ങൾ ബഹുജനസമക്ഷം അവതരിപ്പിച്ചുകൂടാ? അങ്ങനെയാണ് കാസെറ്റ് എന്ന സംരംഭത്തിലേക്കു ഞാനിറങ്ങുന്നത്.

അവർ മാത്രം സംസാരിക്കുന്ന ലോകത്ത് ഞാനിരുന്നു. മറ്റാരെയും എന്തെങ്കിലും പറയാൻ അവർ അനുവദിക്കില്ല. ഇനി അനുവദിച്ചാലും പാതിവഴിക്ക് ഇടപെട്ട് അവരുടെ വഴിയിലെ ആശങ്കകളിലേക്കും ആഗ്രഹ ങ്ങളിലേക്കും നയിക്കും. എത്രയോ പതിറ്റാണ്ടുകളിൽ ആവർത്തിച്ച അനു സ്യൂതമായ ആഗ്രഹത്തിന്റെയും ഇച്ഛാശക്തിയുടെയും പ്രവാഹമാണ്. എനിക്കറിയാം ഇത്തരം ആളുകൾക്ക് ലോകം പറഞ്ഞുതീർക്കാനുള്ളതു മാത്രമാണ്. വൺവേ ട്രാഫിക്. മരുഭൂമിയിലകപ്പെട്ട ഒരു പുരുഷന്റെ ദീനമായ സ്വരം ഞാനെവിടെനിന്നോ കേട്ടു.

കാസെറ്റ് തന്ന് അവർ പെട്ടെന്നെഴുന്നേറ്റു.

നാളെ ഞാൻ കാലത്തു വിളിക്കും. എനിക്കൊരു മറുപടി തരണം.

പെട്ടെന്നെനിക്കു ചിരിയും കലിയും ഒന്നിച്ചുചേർന്നൊരു വികാരം വന്നു. എനിക്ക് ഞാൻതന്നെ അദ്ഭുതമായി.

നോക്കാം.

വിലയേറിയ ബാഗ് കൈയിൽ വളരെ കുലീനമായി പിടിച്ച് അവർ പോകുന്നത് ബഹുവർണപ്പൊലിമയിൽനിന്ന് ബ്ലാക്ക് & വൈറ്റിലേക്ക് അലിഞ്ഞുചേർന്നു.

തീർച്ചയായും കണ്ണുകളിൽ അഗ്നി ജ്വലിക്കുന്ന സർപ്പസുന്ദരി തന്നെയായിരിക്കും അവർ, യൗവനകാലത്ത്. എല്ലാ യൗവനവും അസ്ഥി യിൽ നിന്നിറങ്ങിപ്പോവുക. ആ യാത്രയിൽ മാംസത്തിന്റെ ദൃഢതയെ അത് ഒരോർമ്മ മാത്രമാക്കി ഉപേക്ഷിച്ചുകളയുന്നു.

പിറ്റേന്നു രാവിലെ കൃത്യം 7.30നു ഫോൺ. അവരാണ്.

നമസ്കാരം. ഗുഡ് മോർണിങ്. അസ്സലാമുഅലൈക്കും. ഇവയൊന്നു മില്ലാതെ അവർ ഇടിച്ചുകയറുംപോലെ ചോദിച്ചു.

കാസെറ്റ് കണ്ടോ? എന്റെ ആത്മീയതയുടെ വഴിത്താരകൾ? ഓർമ്മയില്ലേ? ഇന്നലെ ഓഫീസിൽ വന്ന...

ഞാൻ പറഞ്ഞു:

കണ്ടില്ല, കാണാം.

തടഞ്ഞുവെക്കുംപോലെ അവർ ചോദിച്ചു:

എപ്പോൾ കാണും? ഞാനെപ്പോൾ വിളിക്കണം?

ഓടിവന്നുകയറിയ അരിശത്തെ പിടിച്ചുനിർത്തി.

പെട്ടെന്നെനിക്ക് അവർ പഞ്ചസാരയും ഉപ്പുമിട്ട തൈരാണെന്നു തോന്നി, പുളിച്ചു വശംകെട്ട തൈരിലുണ്ടാക്കിയ ലെസ്സി.

അല്പം തിരക്കിലാണ്. ഞാനങ്ങോട്ടു വിളിക്കാം.

വേണ്ട, ഞാൻ വിളിച്ചോളാം.

അതും പറഞ്ഞ് അവർ ഫോൺ കട്ടുചെയ്തു.

പിന്നെ ഓർക്കാപ്പുറത്ത് തിരക്കുകൾക്കിടയിൽ ആരോടും സംസാരിക്കേണ്ട എന്ന മൂഡിൽ ഇടിവെട്ടുപോലെ അവരുടെ ഫോൺ വന്നുകൊണ്ടിരുന്നു. പതിയെ എനിക്കു കുറ്റബോധം തോന്നിത്തുടങ്ങി. ഇരുപത്തിമൂന്ന് ലക്ഷം രൂപ ചെലവഴിച്ച് അവരെടുത്ത ഒരു കാസെറ്റ്. അവർ സ്ത്രീയാണ്, വൃദ്ധയാണ്. തന്റെ വാർധക്യത്തിൽ ഒരാൾ എഡിറ്റിങ് പഠിക്കുക, സ്വന്തമായി സംവിധാനം ചെയ്യുക, അഭിനയിക്കുക, പണം മുടക്കുക. തന്റെ കീഴിലുള്ള വനിതാ പ്രസിദ്ധീകരണത്തിൽ ഒരു റൈറ്റപ്പ് കൊടുക്കേണ്ടതാണ്. അതവർ അർഹിക്കുകയും ചെയ്യുന്നു. കാസെറ്റിന്റെ പുറം ചട്ടപോലും തുറന്നിട്ടില്ല. വളരെ മനോഹരമായി അതിന്റെ ഡിസൈനിങ്.

അദ്ഭുതകരമെന്നു കരുതട്ടെ, അവർക്കുവേണ്ടി ഓഫീസിൽ ഒരു ഉച്ചയവധി അറിയിച്ചു. വാടകവീട്ടിൽ ഞാൻ തനിച്ച്, അവർക്കും അവരുടെ കാസെറ്റിനുമായി ലാപ്ടോപ്പ് ഓൺ ചെയ്തു.

ഇരുപത്തിമൂന്നുലക്ഷം ചെലവഴിച്ച് പത്തുവർഷം മുമ്പുണ്ടാക്കിയ ആ കാസെറ്റ് എന്നെ എല്ലാ അർത്ഥത്തിലും ഞെട്ടിച്ചുകളഞ്ഞു. എന്തുകൊണ്ടോ അവർ പറയാത്തതൊക്കെ ചെവിയിൽ നിറഞ്ഞു. സിരകളിൽ നിന്ന് തിളയ്ക്കുന്ന ദേഷ്യം തലച്ചോറിലേക്ക് ഇരമ്പിപ്പാഞ്ഞു. മൊബൈലിനായി ഞാൻ കൈകൾ തപ്പി.

രണ്ടാമത്തെ ബെല്ലിൽ അവരെടുത്തു.

പ്രത്യഭിവാദനങ്ങൾ ഒന്നുമില്ലാതെ നേരെ അവർ ചോദിച്ചു.

കണ്ടുവോ?

കടുത്തതൊന്നും പറയാതിരിക്കുവാൻ ഞാൻ മനസ്സിനെ അമർത്തിപ്പിടിച്ചു.

കണ്ടു.

സംഗതി നന്നല്ലേ?

അല്ല.

അപ്പുറത്തുനിന്നും പ്രതീക്ഷിക്കാത്ത മൗനം. അവർ ന്യായീകരണങ്ങളുമായി ഇടിച്ചുകയറും എന്നെനിക്കറിയാം. അതുകൊണ്ട് ഒട്ടും ഇടവേള നൽകാതെ ഞാൻ വിഷയത്തിലേക്കു കടന്നു.

നന്നായില്ല. എന്നുമാത്രമല്ല പരമബോറുമായിരുന്നു.

അതു സാങ്കേതികമായി പത്തുവർഷം മുമ്പുള്ളതാണ്. ചിത്രീകരിച്ചതുതന്നെ ബീറ്റാക്യാമറയിലാണ്.

ബീറ്റായിലോ തേങ്ങാക്കുലയിലോ എന്നതല്ല, ഈ ചവറിനാണോ നിങ്ങൾ ഇരുപത്തിമൂന്നുലക്ഷം കളഞ്ഞത്?

അവർ ഊർജ്ജത്തിന്റെ ചിനയ്ക്കുന്ന കുതിരയായി.

ആ കാസെറ്റിനെന്താണു കുഴപ്പം?

കുഴപ്പമേയുള്ളൂ. അതൊരു കല്യാണക്കാസെറ്റ് പോലെയിരിക്കുന്നു. അയ്യായിരം രൂപ കൊടുത്താൽ ഏതു കണ്ണുപൊട്ടൻ ക്യാമറാമാനും കല്യാണക്കാസെറ്റ് ഷൂട്ട് ചെയ്തു തരും.

പക്ഷേ അന്നത്തെ സാങ്കേതികതയിൽ...

എനിക്കു നിയന്ത്രണം വിട്ടു.

ഷട്ടപ്പ്, യുവർ മൗത്ത്!

പിന്നെ ഞാൻ ഏതോ കോമരംപോലെ ഉറഞ്ഞുതുള്ളുകയായിരുന്നു.

നിങ്ങളുടെ ഭർത്താവിപ്പോൾ ജീവിച്ചിരിപ്പുണ്ടോ?

നിങ്ങളെന്താണു പറഞ്ഞുവരുന്നത്? അതും കാസെറ്റും തമ്മിലെന്ത്?

ഒട്ടും സമയം പാഴാക്കാതെ ഞാൻ അനേകായിരം കുതിരകൾ വെള്ളച്ചാട്ടമായി മാറിയ വാക്കുകളായി.

അവരെ കീഴടക്കണം. ഇടിച്ചുകയറുന്ന അവരുടെ അഹങ്കാരപ്രമത്തതയെ പിച്ചിച്ചീന്തണം. ജീവിതാന്ത്യമെത്തി നിൽക്കുന്ന ഇപ്പോഴെങ്കിലും അവരൊരു പുരുഷനെ കാണണം.

അപ്രതീക്ഷിതമായ ആക്രമണത്തിൽ പകച്ചുപോയ അവരോടു ഞാൻ പരമപുച്ഛത്തോടെ ചോദിച്ചു:

എന്തേ, ഒന്നും പറയാത്തത്? നിങ്ങളുടെ ഭർത്താവ് അകാലത്തിൽ മരിച്ചു, അല്ലേ?

എങ്ങനെ മനസ്സിലായി എന്ന അർത്ഥത്തിൽ അവർ മൗനം പാലിച്ചു.

സംസാരിക്കാൻ മാത്രം താത്പര്യമെടുക്കുകയും ചെവി കൊട്ടിയടച്ചു

കളയുകയും ചെയ്യുന്ന സ്ത്രീകളുടെ ഭർത്താക്കന്മാർ അകാലത്തിൽ മരിക്കും, ഞാൻ കൂട്ടിച്ചേർത്തു.

പെട്ടെന്നു തിര നിന്ന കടൽപോലെ അവർ അനക്കമറ്റുനിന്നു. ഞാൻ അവിടെക്കൊണ്ടും അവരെ വിടാൻ ഉദ്ദേശിച്ചിരുന്നില്ല.

പറയുന്നതിൽ തെറ്റിദ്ധരിക്കരുത്. നിങ്ങൾ ഒന്നും കേൾക്കുന്ന സ്ത്രീയല്ല. എല്ലാം തീരുമാനിച്ചു പറയുന്ന സ്ത്രീയാണ്.

അതികഠിനമായ ഏകപക്ഷീയതകളും നിർമ്മാണപരതയില്ലാത്ത ഇച്ഛാശക്തിയുമാണ് നിങ്ങളുടെ അടിസ്ഥാനവികാരം. ഇതിനകത്ത് അല്പമെങ്കിലും നന്നായത് സംഗീതവും നിങ്ങളെഴുതിയ വരികളുമാണ്. പക്ഷേ അതുകൊണ്ടുമാത്രം ഒരു ആറാംകിട രൂപത്തിൽ നിർമ്മിച്ച കാസെറ്റ് വിറ്റുപോകില്ല. കഴിഞ്ഞ കുറെക്കാലമായി നിങ്ങളിത് മാർക്കറ്റിലേക്ക് ഇടിച്ചുകയറ്റാൻ ശ്രമിക്കുന്നതിന്റെ ഭാഗം മാത്രമാണ് ഒരു വനിതാ പ്രസിദ്ധീകരണത്തിന്റെ എഡിറ്ററുടെ അടുക്കലേക്ക് നിങ്ങളുടെ വരവ്. ആ സ്ഥാപനത്തിന്റെ പത്രാധിപർ വഹാബ് എന്നാണോ റസാക്ക് എന്നാണോ എന്നുപോലും അറിയാനുള്ള ക്ഷമ നിങ്ങൾക്കുണ്ടാവില്ല. സ്ത്രീയേ നിങ്ങളുടെ ഭർത്താവ് തന്റെ ശരീരമുപേക്ഷിച്ച് ഓടിപ്പോയി. മക്കളൊക്കെ സാമർത്ഥ്യപൂർവം നിങ്ങളെ ഒഴിവാക്കി. ഇതല്ലേ നിങ്ങളുടെ ജീവിതസത്യം.

പെട്ടെന്ന് ഒരു പൊട്ടിക്കരച്ചിൽ ഞാൻ കേട്ടു.

അതുകൊണ്ടൊന്നും നിർത്താൻ ഞാനൊരുക്കമായിരുന്നില്ല.

പാരമ്പര്യമായി കുറെ പണം ദൈവം നിങ്ങൾക്കു തന്നു. പക്ഷേ ജീവിക്കേണ്ടതെങ്ങനെയെന്നു പഠിച്ചില്ല. സിനിമയെന്നല്ല, ഒരു കലയിലും അടിച്ചേല്പിക്കൽകൊണ്ടു നന്നാവില്ല. എവിടെയാണ് ആ ഷെയ്ഖ് അമിറലി ഖാൻ? അയാളൊന്നും പറഞ്ഞുതന്നില്ലേ? കേൾക്കാനറിയാത്ത നിങ്ങളുടെ വാക്പ്രപഞ്ചത്തിൽ അയാൾ നിശ്ശൂന്യനായിപ്പോയിക്കാണും.

അവിടെനിന്നു വീണ്ടും ഒരു തേങ്ങലിൽക്കുഴഞ്ഞ ഒരു വിലാപം: പ്ലീസ്...

ഞാൻ ഫോൺ കട്ട് ചെയ്തു.

അഹങ്കാരിയായ ഒരു സ്ത്രീയെ അവരുടെ അവസാനകാലത്തു ചുട്ട വഴക്കുപറഞ്ഞു വായടപ്പിക്കാൻ കഴിഞ്ഞ നിർവൃതിയിലായിരുന്നു അന്നു പകൽ മുഴുവൻ ഞാൻ. പക്ഷേ തികച്ചും അപ്രതീക്ഷിതമായി. അവരെ മറന്നുതുടങ്ങിയ നാളുകളൊന്നിൽ എനിക്കൊരു കത്തു വന്നു.

പ്രിയപ്പെട്ട വഹാബ്.

എന്നെ മറന്നിട്ടുണ്ടാവില്ല എന്നറിയാം.

ഞാൻ ബീഗം റംലത്ത്. കാസെറ്റുമായി വന്ന ആൾ. ഈ കത്തെഴുതുന്നത് ജോലിക്കാരിയാണ്. ഞാനിപ്പോൾ രോഗബാധിതയാണ്. നമ്മുടെ

ഫോൺ സംഭാഷണത്തിനുശേഷം ചെറിയൊരു ബ്രെയിൻ സ്ട്രോക്കുണ്ടായി. നന്നേ നേർത്തത്. മൊബൈലിൽ സംസാരിക്കരുത് എന്ന് ഡോക്ടറുടെ നിർദ്ദേശമുണ്ട്. ഒന്നു കാണണമെന്നുണ്ട്. ഞാൻ കാറു കൊടുത്തുവിട്ടാൽ ഒന്നിവിടംവരെ വരാമോ?

സ്നേഹത്തോടെ
ബീഗം റംലത്ത്.

പെട്ടെന്ന് എന്റെ ചിന്തകൾ സ്തംഭിച്ചു.

ഞാൻ അവർക്കുനേരെ അതിരൂക്ഷമായി വലിച്ചെറിഞ്ഞ വാക്കുകളുടെ വായ്ത്തലകൾ മിന്നിത്തിളങ്ങി തിരിച്ചുവന്നു. ഹൃദയത്തെ അതു മുറിവേല്പിച്ചു. കുറ്റബോധത്താൽ ഞാൻ നിസ്സാരനായി.

എത്ര പെട്ടെന്നാണ് നമ്മൾ മനുഷ്യരെ അളന്നു വിലയിട്ട് ഒരു ബോട്ടിലിൽ നല്ലവനെന്നോ ചീത്തയെന്നോ പേരെഴുതി ഒട്ടിച്ചുവയ്ക്കുന്നത്? എന്തൊരു വിഡ്ഢിയും ക്രൂരനുമാണ് ഞാൻ? ജീവിതത്തിൽ ഒരേയൊരു തവണ കണ്ട സ്ത്രീ. എത്രയോ മയത്തിൽ കാര്യങ്ങളൊക്കെ അവരെ പ്പറഞ്ഞു മനസ്സിലാക്കുന്നതിനു പകരം വൃദ്ധയും നിരാലംബയുമായ സ്ത്രീയെയും അവരുടെ ആത്മബോധത്തെയും അഭിമാനത്തെയും എത്ര നിസ്സാരമാക്കിക്കളഞ്ഞു ഞാൻ. വളരെക്കുറച്ചുകാലമേ അവർ ജീവിച്ചിരിക്കൂ. ഞാനാകട്ടെ അതിന്റെ ദൈർഘ്യം നന്നേ കുറച്ചിരിക്കുന്നു.

മറ്റൊരു പോംവഴിയുമില്ലാതെ അവരുടെ നമ്പർ കണ്ടുപിടിക്കാനുള്ള യജ്ഞത്തിലേർപ്പെട്ടു.

രണ്ട്

കാർ ബീഗം റംലത്തിന്റെ മുറ്റത്തേക്കു നീങ്ങി. വിസ്മയിപ്പിക്കുന്ന ഒരനുഭവമായിരുന്നു അത്. വിശാലമായ പറമ്പിൽ താജ്മഹൽ പോലൊരു വീട്. അതിനകത്തു ബീഗം ഒറ്റപ്പെട്ടു കഴിയുകയാണെന്നു വെറുതെ തോന്നി. രണ്ടു വേലക്കാരികൾ അപ്പോഴേക്കും ഓടിവന്നു.

വീടിനു പിറകിലെ ലോണിൽ അവർ വീൽച്ചെയറിലിരുന്നു പൂച്ചെടികളെ തലോടുകയായിരുന്നു.

അന്ന് ഓഫീസിൽ ഇരച്ചുകയറി വന്ന ബീഗമായിരുന്നില്ല, ഇപ്പോഴെന്റെ മുന്നിലിരിക്കുന്നത്. എന്നെ കണ്ടതും സവിശേഷമായി അവർ പുഞ്ചിരിച്ചു. ആ പുഞ്ചിരിക്കു വാത്സല്യത്തിന്റെ വിളറിയ റോസ് നിറമായിരുന്നു.

ഞാൻ ക്ഷമ ചോദിച്ചു.

ഞാൻ കാരണം ഇത്താക്കിതു വന്നല്ലോ.

അതു കാര്യമാക്കാനില്ല. നിങ്ങൾ ഒരു നിമിത്തമായി എന്നേയുള്ളൂ. ഒരു കരു. ദൈവത്തിന്റെ ചെസ്സുകളി.

തേനൊഴിച്ച ഗ്രീൻ ടീയും വിലകൂടിയ സ്പാനിഷ് ബിസ്ക്കറ്റുമായി വേലക്കാരി വന്നു.

എന്നോടു വാത്സല്യത്തോടെ അവർ പറഞ്ഞു:

കഴിക്കൂ.

ഇപ്പോഴെങ്ങനെയിരിക്കുന്നു?

ഇന്നലത്തെ സ്കാനിങ്ങിൽ എല്ലാം പഴയ പടിയായിരിക്കുന്നുവെന്ന് ഡോക്ടർ തറപ്പിച്ചുപറഞ്ഞു.

എന്നിട്ടുമെന്തേ ആ പഴയ ഉത്സാഹം കാണുന്നില്ല?

കഴിഞ്ഞ പത്തുപത്തിയെട്ടുവർഷം പുലർത്തിയ ആ തോന്ന്യാസത്തെ ഉത്സാഹമെന്നു വിളിക്കാമോ? ആരെയൊക്കെയോ തോൽപ്പിക്കാനുള്ള ആ ഇടിച്ചുപാച്ചിൽ പരാജയം ഏറ്റുവാങ്ങാനുള്ള ഓട്ടമായിരുന്നെന്ന് അറിയാൻ മകന്റെ പ്രായമുള്ള ഒരാളുടെ ശകാരം വേണ്ടിവന്നു.

പക്ഷേ അതു വളരെ കൂടിപ്പോയി. ഞാൻ മാപ്പു ചോദിക്കുന്നു.

ബീഗം തളർന്നു ചിരിച്ചു.

ഞാനാണു മാപ്പു പറയേണ്ടത്. നന്ദിയും.

നിങ്ങൾ പറഞ്ഞത് എത്ര ശരിയാണ്. ഞാൻ എന്റെ ഭർത്താവിനെ നേരത്തെ യാത്രയാക്കുകയായിരുന്നു.

വഹാബ്, ഷെയ്ഖ് അമീറലിഖാനെ ഞാൻ കണ്ടുമുട്ടുന്നത് ബനാറസിൽ ഒരു ഗസൽ കച്ചേരിയിൽവച്ചായിരുന്നു. ഞാൻ ഏതോ മാന്ത്രിക ശക്തിയിൽ അകപ്പെട്ടുപോയി. ആ കച്ചേരി എന്റെ ജീവിതത്തിലെ സർവ്വ താളവും തെറ്റിച്ചു. കച്ചേരി കഴിഞ്ഞിട്ടും ഞാനതിന്റെ പ്രഭാവലയത്തിൽ നിന്ന് ഉണർന്നില്ല. ബനാറസിൽ അന്ന് ഞങ്ങൾക്കൊരു ടെക്സ്റ്റൈൽ ഫാക്ടറിയുണ്ടായിരുന്നു. ഇടയ്ക്ക് ഉപ്പയുമൊത്ത് ബനാറസിൽ പോവുക എന്നത് ഒരാഘോഷംതന്നെയായിരുന്നു. കച്ചേരി കഴിഞ്ഞിട്ടും ഞാൻ ഹാൾ വിടാൻ കൂട്ടാക്കാതെ കൈയൂന്നി ഒരേയിരുത്തമായിരുന്നു.

'നിന്റെ നിശ്വാസമേറ്റാൽ

ഭൂമിയിലെ ഏതു പൂവാണു വിരിയാതിരിക്കുക?'

സ്റ്റേജിൽനിന്നും അപ്പോഴും അമീറലി പാടിക്കൊണ്ടിരിക്കുകയാണെന്നുതന്നെ തോന്നി. ഹാർമോണിയം ഇരുചെവിക്കു മുന്നിലിരുന്ന് പുതിയ പുതിയ ഭാഗങ്ങളിലേക്കു ചിക്കിച്ചിക്കി കൊണ്ടുപോകുന്നതായും.

രാത്രിയായപ്പോഴേക്കും ഭയങ്കര പനിയായി എനിക്ക്.

നെറ്റിയിൽ നനഞ്ഞ ശീല വച്ചുതരുമ്പോൾ ഉപ്പ ചോദിച്ചു.

പറയാൻ അദമ്യമായ ഒരാഗ്രഹം അടക്കിവയ്ക്കുമ്പോൾ പണ്ടേ നിനക്കു പനി വരാറുണ്ട്. പറയൂ, എന്താണു പറ്റിയത്?

എനിക്കു തണുക്കുന്നു, ഞാൻ പറഞ്ഞു.

പട്ടുപോലെയുള്ള കശ്മീരി കമ്പിളി പുതപ്പിച്ചുകൊണ്ട് സുഖമായുറങ്ങാൻ വിട്ട് ഉപ്പ പോയി.

ഉറക്കത്തിൽ ഷെയ്ഖ് അമീറലിഖാൻ എന്ന, ഉത്തരേന്ത്യൻ ഗസൽ ശാഖയിലെ ഉദിച്ചുയർന്നുകൊണ്ടിരിക്കുന്ന യുവതാരം, അതിസുന്ദരനായ ആ മനുഷ്യൻ ഒറ്റയ്ക്ക് വലിയ ഹാളിൽ ബീഗം റംല എന്ന എനിക്കു വേണ്ടി മാത്രം ഒരേ ഗാനംതന്നെ വിവിധ വിസ്തരത്തിൽ, വിളംബിത കാലത്തിൽ പാടിക്കൊണ്ടിരുന്നു.

'നിന്റെ നിശ്വാസമേറ്റാൽ

ഭൂമിയിലെ ഏതു പൂവിനാണു വിരിയാതിരിക്കാനാവുക?

ഒടുവിൽ പനി മാറാൻ അടക്കിവച്ച ആ ഗാനം ഉപ്പയ്ക്കു മുന്നിലവ തരിപ്പിച്ചു.

തികച്ചും അപ്രതീക്ഷിതമായി ഉഷ പൊട്ടിച്ചിരിച്ചു.

അത്രയേയുള്ളൂ കാര്യം?

പിന്നെ അല്പനേരത്തെ നിശ്ശബ്ദതയ്ക്കുശേഷം പറഞ്ഞു: അടക്കി വയ്ക്കുന്നതിനെ നീ പനികൊണ്ടാവിഷ്കരിക്കുന്നതുപോലെ തനിക്കു പോലുമറിയാത്ത ഏതോ വിഷാദത്തിന്റെ ആവിഷ്കരണമാണ് എല്ലാ ഗസലുകളും. നീ ഒരു ജനാല തുറക്കുകയായിരുന്നു. അത് ഒരബദ്ധമായി തീരരുത്.

പനി തണുത്തു.

ഉത്തരേന്ത്യൻ റെക്കോർഡിങ് കമ്പനികളൊക്കെ ഷെയ്ഖ് അമീറലി ഖാൻ എന്ന ശുക്രനക്ഷത്രത്തെ പൊതിഞ്ഞുനിൽക്കുന്ന സമയം.

അമീറലിയുടെ ദാരിദ്ര്യത്തിന്റെ കാർമേഘങ്ങൾ പതിയെ നീങ്ങു മ്പോഴായിരുന്നു അത്.

ഉഷ മുൻകൈയെടുത്ത് എല്ലാ ദാരിദ്ര്യവും ഒറ്റയടിക്ക് മാറ്റിക്കൊടുത്തു.

ബനാറസ്സിലെ ഫാക്ടറിയുടെ ഉത്തരവാദിത്വം മരുമകനു നൽകി.

പാവം, പാടാൻ മാത്രമേ അമീറലിക്ക് അറിയാമായിരുന്നുള്ളൂ.

ബീഗം റംലത്തിന്റെ വീട്ടിലേക്കുള്ള എന്റെ ഓരോ യാത്രയും രണ്ടു പേർ സ്വയം സമാശ്വസിക്കുന്ന ഒന്നായി.

ഒരിക്കൽ ബീഗത്തോടു ഞാൻ പറഞ്ഞു:

നമുക്കാ കസെറ്റിൽ ഒന്നുകൂടി വർക്കു ചെയ്തുകൂടേ? കുറെക്കൂടി ആധുനികതയും മറ്റുമായി? ഡിജിറ്റലിൽ വലിയ സൗകര്യങ്ങളൊക്കെ വന്നിരിക്കുകയാണ്. ഹാർഡ് വെയറിൽ വർക്ക് ഉണ്ടെന്നല്ലേ പറഞ്ഞത്?

അവർ മന്ദഹസിച്ചു.

അത് മറന്നുകളയൂ, വഹാബ്.

ആ മഹാപാപത്തിന്റെ സ്മരണയാണതിപ്പോൾ എന്നിലുണർത്തു ന്നത്. യു ആർ വെരി ഇന്റലിജന്റ്. ശകാരത്തിനിടയിൽ എന്റെ ഭർത്താവിനെ പ്പറ്റി പറഞ്ഞത് എത്ര കൃത്യമായിരുന്നു.

ഞാനൊന്നും പറഞ്ഞിട്ടില്ല.

ഏറെനേരം മൗനത്തിലാണ്ടുപോയി ബീഗം.

അമീറലിയെ ഞാനൊരു പാവയാക്കി മാറ്റുകയായിരുന്നു. എല്ലാം അനുവദിച്ചുതന്നു അദ്ദേഹം. ഇനി എനിക്കുവേണ്ടി മാത്രം പാടിയാൽ മതിയെന്നു പേർത്തും പേർത്തും ആജ്ഞാപിക്കുംപോലെ അദ്ദേഹത്തിന്റെ ജീവിതത്തോടു ഞാൻ സ്വാർത്ഥയായി. വിശ്വപ്രസിദ്ധനായിത്തീർന്ന അമീറലിഖാൻ ധനാഢ്യയായ ഏതോ ബീഗം റംലത്ത് വാങ്ങിയ സ്വപ്നശരീരം മാത്രമായി. അദ്ദേഹത്തിന്റെ ചെറുത്തുനില്പുകൾ ദുർബലങ്ങളായി.

ഹാർമോണിയമെടുത്ത് അദ്ദേഹം വിരലോടിക്കുമ്പോഴൊക്കെ എന്തുകൊണ്ടോ എനിക്കത് അസഹ്യമായിത്തീർന്നു.

ഒരിക്കൽ ദേഷ്യത്തോടുകൂടി പറയുകയും ചെയ്തു.

പ്ലീസ് സ്റ്റോപ്പ് അമീർ. ഈ ഹാർമോണിയത്തിന് ചീവീടിന്റെ ഒച്ചയാണ്.

അമീറലിഖാൻ പിന്നീട് ഹാർമോണിയം കൈകൊണ്ട് തൊട്ടിട്ടില്ല.

ഒരിക്കൽ മൂക്കിൽനിന്ന് ബ്ലഡ് വന്നു കണ്ട് പേടിച്ചപ്പോൾ ഞാൻ ഏറ്റവും അത്യന്താധുനികമായ ആശുപത്രിയിൽ കൊണ്ടുപോയി പരിശോധിപ്പിച്ചു.

ഒരു കുഴപ്പവും കണ്ടെത്താതായപ്പോൾ ഞാൻ ചോദിച്ചു:

പിന്നെ എന്തുകൊണ്ടാണീ ബ്ലഡ്?

അമീറലിഖാൻ പറഞ്ഞു:

എനിക്കു ബ്ലഡ് വരുമ്പോൾ അത്യധികമായ ആശ്വാസമാണുണ്ടാവുന്നത്. ശരിക്കും ഒരു കച്ചേരിയിൽ പാടുന്ന അനുഭവം. അതെങ്കിലും തടയാതിരിക്കൂ, പ്ലീസ്...

രാത്രി നന്നേ കനത്തിട്ടും ബീഗം ലോണിൽ വെളിച്ചം തെളിച്ചില്ല. ഇരുട്ടിൽ അവർ ആത്മഗതംപോലെ ജീവിച്ചുതീർത്തതു പറഞ്ഞുകൊണ്ടിരുന്നു. കുറ്റബോധത്തിന്റെ ഒരു വൻകടൽ അവരുടെ ഉള്ളിൽ തിരയടിക്കുന്നത് ഞാൻ കേട്ടു. പറഞ്ഞുപറഞ്ഞു മൂർച്ഛിച്ച് ഒരിക്കൽ അവരുടെ വാക്കുകൾ കാലം മറന്നു സഞ്ചരിച്ചു. എന്റെ ഇടംകൈയിൽ മുറുകെപ്പിടിച്ചുകൊണ്ട് ഒരു വിറയലോടെ അവർ ചോദിച്ചു:

അമീറലീ, നിങ്ങളെനിക്കു മാപ്പുതരുമോ?

പതിയെ ഞാൻ വലംകൈകൊണ്ട് അവരുടെ പട്ടുപോലുള്ള കൈത്തലങ്ങളിൽ തലോടി അവരെ ആശ്വസിപ്പിച്ചു. അതോടെ അവർ നിയന്ത്രണം വിട്ടു.

അമീറലീ, ഇതു ഞാനാണ്. ഒരിക്കൽക്കൂടി ആ ജീവിതം എനിക്കു തിരിച്ചുതരുമോ? ഒരിക്കൽക്കൂടി.

ഈ ഭൂമിയിൽ ഞാനും ബീഗം റംലത്തും മാത്രമായി. വാക്കുകളെല്ലാം ഭൂമിക്കുള്ളിലേക്കു പോയൊളിച്ചുകളഞ്ഞു.

മൂന്ന്

വഹാബെന്തേ കല്യാണം കഴിച്ചില്ല?

ഓർക്കാപ്പുറത്ത് ഒരു ദിവസം ബീഗം ചോദിച്ചു.

കഴിച്ചില്ല അത്രതന്നെ.

അങ്ങനെ ഒഴിഞ്ഞുമാറാനുള്ള ഉത്തരമല്ല എനിക്കു വേണ്ടത്.

ഏറെനേരം വേണ്ടിവന്നു. എനിക്കതു പറയാൻ.

നിർഭാഗ്യവശാൽ ഞാൻ കണ്ട ദാമ്പത്യമൊക്കെ തികഞ്ഞ അസംബന്ധനാടകങ്ങളായിരുന്നു. എന്റെ മാതാപിതാക്കളുടേതടക്കം. ആ പാവം രണ്ടു മനുഷ്യാത്മാക്കൾ തങ്ങളുടേതല്ലാത്ത കാരണത്താൽ ശിക്ഷിക്കപ്പെടുന്നതു കണ്ടവനാണു ഞാൻ.

ഇരുട്ടിൽ അവർ ഒന്നും മിണ്ടാതെ ഏറെനേരം ഇരുന്നു.

അമീറലിയെ ഞാൻ പാടാൻ വിട്ടില്ല അല്ലേ? ഇടയ്ക്ക് അവർ പിറുപിറുത്തു. എത്ര അമൂല്യരത്നങ്ങളായാലും സ്വന്തമാക്കുന്നതോടെ അതിന്റെ വില കുറയും.

സ്വന്തമായി ഒരു റെക്കോർഡിങ് സ്റ്റുഡിയോ അമീറലിയുടെ സ്വപ്നമായിരുന്നു. അതിനുള്ള സ്ഥലം വാങ്ങാനുള്ള പണം എന്നെ ഏല്പിച്ചാണു മകളുടെ നിർബന്ധത്തിനു വഴങ്ങി ഉടനെ തിരിച്ചുവരാനായി പോയത്. കാസെറ്റിന്റെ ആശയം ആയിടെ എന്നെ വല്ലാതെ ഭരിച്ചിരുന്നു. പെട്ടെന്നൊരു തീരുമാനമെടുത്ത് അമീറലിയെ അറിയിക്കുകയായിരുന്നു ഞാൻ - സ്റ്റുഡിയോവിന്റെ സ്ഥലം നമുക്കു പിന്നീടെടുക്കാം, ആ പണം ഞാൻ കാസെറ്റ് നിർമ്മാണത്തിനെടുക്കുന്നു.

അദ്ദേഹമെന്തു പറഞ്ഞു?

ഒന്നും പറഞ്ഞില്ല, പിന്നീടു ചോദിച്ചതിനൊന്നും.

രാത്രി ലണ്ടനിലെ സമയം 1.30ന് വേവലാതിയോടെ എന്നെ മകൾ വിളിച്ചു:

ഉപ്പയെ കാണാനില്ല. ഉമ്മയുമായി നടന്ന ഫോൺ സംസാരത്തിനു ശേഷം അസാധാരണമായ പെരുമാറ്റങ്ങളായിരുന്നു. വലിയ കളിയും ചിരിയും വർത്തമാനങ്ങളും.

അതൊരു കൊടിയ ശരത്കാലമായിരുന്നു.

പുറത്തിറങ്ങുമ്പോൾ കോട്ടുപോലുമെടുത്തിട്ടുണ്ടായിരുന്നില്ല. ജി.എൻ. പാർക്കിൽ പിറ്റേന്ന് ഐസ് മൂടിയ നിലയിൽ മരിച്ചു മരവിച്ചുപോയിരുന്നു. ശൈത്യംപോലും പുറത്തിറങ്ങാത്ത ആ കഠിന ഐസ് വീഴ്ചക്കാലത്ത് ആരോ ഉച്ചത്തിൽ വിചിത്രമായ ഭാഷയിൽ പാടുന്നതു കേട്ടതായി

സ്ഥലത്തെ സെക്യൂരിറ്റി ഗാർഡ് റിപ്പോർട്ടു ചെയ്യുന്നു. മൂക്കിൽനിന്ന് ധാരാളം രക്തം വാർന്നുപോയിരുന്നു. കാസെറ്റിന്റെ ഫൈനൽ ഔട്ട്പുട്ട് എടുത്ത ദിവസമായിരുന്നു അന്ന്.

ബീഗം പിന്നെ ഒന്നും പറഞ്ഞില്ല.

ലോണിൽ അസ്തമയം ഇരുട്ടുമായി വന്നു.

ഞാൻ ചോദിച്ചു:

ലൈറ്റിടാത്തതെന്തേ?

ബീഗം പറഞ്ഞു:

ഇനിയിവിടെ ഞാനൊറ്റയ്ക്കാണ്.

ഞാനവരുടെ കൈത്തലം ഒരിക്കൽക്കൂടി ചേർത്തുപിടിച്ചു.

നിങ്ങളുടെ ഭർത്താവിന്റെ ആത്മാവ് ഇവിടെ നിങ്ങളുടെ കൂടെയുണ്ട്.

ഒരായുഷ്കാലം മുഴുവൻ ജീവിതാവിഷ്കാരത്തെ തടഞ്ഞുവെച്ച ഒരാളോടൊപ്പമോ? എല്ലാറ്റിനും മൗനമായി വിധേയമാകാൻ തീരുമാനിച്ചപോലെ ശക്തമായ മറ്റൊരു വെറുപ്പുണ്ടോ?

ലോകത്തിന്റെ എല്ലാ നന്മതിന്മകളും ഉദ്ഭവിക്കുന്നതു സ്നേഹത്തിൽ നിന്നാണ്. സ്നേഹത്തിന്റെ പര്യായമാണ് വെറുപ്പും. മരണത്തോടെ എല്ലാ ആത്മാവും ഈ ജീവരഹസ്യം അറിയാതിരിക്കില്ല. ഇത്തയുടെ ജീവിത പങ്കാളി അടുത്തുണ്ടാവും. ഒറ്റയ്ക്കെന്നു വിചാരിക്കാതിരിക്കൂ.

അതോടെ ബീഗം റംലത്ത് ഏങ്ങലടിച്ചു കരയാൻ തുടങ്ങി.

എനിക്ക് ഒന്നുകൂടി ജീവിക്കണം. ശരീഫ് മുസ്തഫയുടെ ഒറ്റ മകളായി. ബനാറസിൽ പോയി ഷെയ്ഖ് അമീറലിഖാനെ കണ്ടുമുട്ടിയ ആ ഗസലിൽ പങ്കെടുക്കണം. കല്യാണം കഴിക്കണം. അദ്ദേഹത്തെ യഥേഷ്ടം പാടാനും പറയാനും അനുവദിക്കണം. ഞാൻ കുറെ ആലോചിച്ചു കുറച്ചു സംസാരിക്കും.

എനിക്കു പോകാൻ സമയമായി.

ഞാൻ പറഞ്ഞു.

തൊണ്ണൂറു വയസ്സായാലും നമ്മുടെ ഉള്ളിൽ നാലു വയസ്സായ ഒരു കുഞ്ഞുണ്ട്. അത് ഒരിക്കലും വളരില്ല. കണ്ണാടിയിൽ നോക്കുമ്പോൾ വാർധക്യത്തിന്റെ ചുളിവുകൾ നമ്മെ നോക്കി പരിഹസിച്ചാലും നമ്മൾ ആ കുഞ്ഞുതന്നെ. ഈ ലോകം കുഞ്ഞുങ്ങളുടെ തടവറയാണ്. സ്വർഗത്തിൽ അങ്ങനെയല്ല. അമീറലിഖാൻ നിങ്ങളെ ചേർത്തുപിടിക്കും. അതുവരെ ഗസലുകൾ കേട്ടുറങ്ങുക.

ഞാനെഴുന്നേറ്റു.

താങ്കൾ നാളെ വരുമോ?

ഞാനൊന്നും പറഞ്ഞില്ല. തണുത്ത ഒരു കാറ്റ് എന്നെ ആശ്ലേഷിച്ചു നിന്നു. എത്രയോ നേരം.

അവിടെ നീ ഉണ്ടാകുമല്ലോ

രണ്ടര അടി നീളവും ഒന്നേമുക്കാൽ അടി വീതിയുമുള്ള ആ കുഞ്ഞു ജനാല തുറക്കുമ്പോൾ പുറത്തുകാണുന്ന ഇലകൾക്കും കൂർത്ത ചരൽ കല്ലുകൾ എറിച്ചുനിൽക്കുന്ന ചെമ്മണ്ണിനും പലപ്പോഴും ഒരേ നിറം. ചില പ്പോഴൊക്കെ ഉപ്പുമ ഇങ്ങനെ പരാതിപ്പെട്ടതായി ഓർക്കുന്നു. അത്രയേറെ ആവർത്തനം മറ്റൊന്നിനില്ല അവരുടെ ജീവിതത്തിൽ.

ഇരുപത്തിരണ്ടുവർഷം അരയ്ക്കുകീഴെ തളർന്നുകിടന്നു. എന്നിട്ടും ശരീരത്തിൽ ഒരു വ്രണംപോലും സംഭവിച്ചില്ല. കട്ടിലിൽ എഴുന്നേറ്റിരി ക്കാനും ഇരുന്നേടത്തുനിന്നു നിരങ്ങി മലമൂത്രവിസർജ്ജനം ചെയ്യാനും മാത്രം കഴിഞ്ഞിരുന്നു. അതിനായി പലകകൊണ്ടടിച്ച കട്ടിലിന്റെ അറ്റത്ത് വൃത്താകൃതിയിൽ, ഒരു വലിയ വട്ടത്തിൽ മരം അടർത്തിക്കളഞ്ഞിരുന്നു. താഴെ ഇരുമ്പുതൊട്ടിക്കു മീതേ വച്ച പരന്ന ഒരു അലുമിനിയം പാത്രം. അതിലേക്കാണ് അവർ പല്ലുതേച്ചു തുപ്പുന്നത്. മലവിസർജ്ജനം ചെയ്തത്, ഭക്ഷണം കഴിച്ചു കൈകഴുകിയത്. ഇരുപത്തിരണ്ടു കൊല്ലം!

ആ ഇരുപത്തിരണ്ടു വർഷവും അവർ ലോകത്തോടു പുഞ്ചിരിച്ചു. തമാശ പറഞ്ഞും കേട്ടും പൊട്ടിച്ചിരിച്ചു.

അപൂർവ്വ സന്ദർഭങ്ങളിൽ മാത്രം അവർ കരഞ്ഞു. തന്റെ കട്ടിത്തല യിണയിൽ മുഖം കമഴ്ത്തിക്കിടന്നു. അപ്പോൾ മാത്രം ഞാനും പെങ്ങൾ ഹസീനയും ചെന്ന് അവരെ പാട്ടുപാടി ഇക്കിളിയിടും.

തേങ്ങാത്തേങ്ങാ പീരാപ്പീര്
കുറുന്തോട്ടിയമ്മയും
കുറുന്തോട്ടിച്ചെക്കനും
ചിരിയോ ചിരി...

ഞങ്ങളന്ന് എൽ.പി. സ്കൂളിൽ പഠിക്കുന്നു. ഏകമകൻ തന്നെ വേണ്ടത്ര ശ്രദ്ധിക്കുന്നില്ല എന്നാണവരുടെ പരാതി. എന്തോ ഒന്നും രണ്ടും പറഞ്ഞപ്പോൾ ഉപ്പ ശബ്ദമുയർത്തി സംസാരിച്ചുകാണും. അത്രയേറെ മടുപ്പും ദുഃഖവും നിരാശയും കലർന്ന് അപക്വമായിപ്പോയ ഏകാന്തതയും ഉപ്പയെ ആവോളം പ്രക്ഷീണമാക്കിയിട്ടുണ്ടാവണം.

ഒന്നു മിണ്ടാതിരിക്കുന്നുണ്ടോ, തള്ളേ!

അങ്ങനെയൊക്കെ അലറിക്കാണും.

പക്ഷേ ഞങ്ങൾ കുട്ടികൾ - ഞാനും ഹസീനയും - സ്കൂൾ വിട്ടു വരുമ്പോൾ ആരോടോ പരിഭവിച്ച് പിണങ്ങിക്കിടക്കുന്നുണ്ടാവും ഉപ്പൂമ. മരിച്ചുകിടത്തിയപോലെ വെള്ളപുതച്ച് ആകെ മൂടി നിവർന്ന് ഒറ്റക്കിടപ്പാണ്. കടുത്ത പിണക്കം അങ്ങനെയാണ്. അപ്പോഴൊക്കെ ഞങ്ങൾ പോയി ഇക്കിളിയിടും.

തേങ്ങാത്തേങ്ങാ പീരാപ്പീരാ
കുറുന്തോട്ടിയമ്മയും
കുറുന്തോട്ടിച്ചെക്കനും
ചിരിയോ ചിരി....

ഇക്കിളി വരാതെ പിടിച്ചുനിൽക്കും... ഒന്നും അറിയാത്തപോലെ കിടക്കും.

ഒടുവിൽ സഹിക്കാതെ വരുമ്പോൾ ഇംഗ്ലീഷിൽ നീളത്തിൽ 'S' എന്നെഴുതിയപോലെ കുടഞ്ഞു പുളയും. പിന്നെ എഴുന്നേറ്റിരിക്കും.

ഈ കുട്ട്യോളെക്കൊണ്ട് തോറ്റ്! അവർ കൃത്രിമമായി മുഖം കറുപ്പിച്ചു പറയും.

ഒന്നു പോകുന്നുണ്ടോ രണ്ടാളും... മലക്കുൽ മൗത്ത് അസ്രായിൽ എന്റെ ജീവനേം പിടിക്കുന്നില്ലല്ലോ - അവർ കരയാനോങ്ങും.

ചിരിച്ചോണ്ടിരിക്കുന്ന ഉപ്പൂമയെ കാണാനെന്തു ചേലാണെന്നറിയ്യോ?

അതു കേൾക്കുമ്പോൾ അവരുടെ മുഖത്ത് ഒരു കുഞ്ഞുചിരി വരും. പക്ഷേ കടിച്ചുപിടിക്കും. കരഞ്ഞതിന്റെ ഒരു കഷണം കണ്ണീര് കണ്ണിന്റെ മൂലയിൽ അപ്പോഴും പറ്റിപ്പിടിച്ചിട്ടുണ്ടാവും.

ഓ, എന്തുഭംഗി! എനിക്കു വയസ്സായില്ലേ?

ആർക്ക്, ഉപ്പൂമാക്കോ?

പിന്നേ....

പല്ലൊന്നുപോലും പോയില്ലല്ലോ.

ഹസീനയ്ക്കു കട്ടിലിൽ കയറാനുള്ള പ്രായമായിട്ടില്ല. അവൾ മുട്ടുകാലിൽ ഏന്തിവലിഞ്ഞു കയറി ഉപ്പൂമയുടെ വായ പിടിച്ചുതുറക്കും.

പല്ലിന് എന്തൊരു തിളക്കമാണ്.

എന്നിട്ട് എന്റെ നേരെ കണ്ണിറുക്കി കാണിക്കും.

ആണോ? ഉപ്പൂമ സംശയത്തോടെ ചോദിക്കും.

ഉപ്പൂമ ചിരിക്കുമ്പോ പൂനിലാവ് ഉദിക്കുന്നപോലെയാ.

അവർക്കു നാണം വരും. ഓർമ്മകളിൽ കുടുങ്ങിപ്പോകും.

അതൊക്കെ നിങ്ങള് വെറുതെ പറയുന്നതാണ്.

എനിക്കു വയസ്സായി.

പക്ഷേ ഒരൊറ്റ മുടിപോലും നരച്ചിട്ടില്ല.

ഞങ്ങൾ ഉപ്പൂമയുടെ മുടിയൊക്കെ ചിക്കി പരസ്പരം കണ്ണിറുക്കി പ്പറയും.

അതെ, ഒരു മുടിപോലും നരച്ചിട്ടില്ല!

മുടിയുടെ കാര്യം പറയണ്ടാ. നെലം മുട്ടുവോളം ഉണ്ടായിരുന്നു - അവർ വാചാലയാവും.

അത്ര സുന്ദരിയായതുകൊണ്ടല്ലേ മൂന്ന് ആണുങ്ങൾക്കു ബാണത്*.

പറഞ്ഞിട്ടെന്നാ, ഒരാണും നെലനിന്നില്ല.

അതൊന്നു പറയ്യോ?

കൊറെ തവണ പറഞ്ഞതല്ലേ കുട്ട്യോളേ?

പക്ഷേ കേൾക്കാൻ നല്ല രസാ.

കേൾവിക്കാർക്കും കാഴ്ചക്കാർക്കും നല്ല രസാ, അനുഭവിക്കുന്നോരെ കഥ വേറെയാ.

അവർ ഓർമ്മകളിൽ ഒരു അതിവേഗയാത്ര നടത്തും. അങ്ങോട്ടും ഇങ്ങോട്ടും.

പന്ത്രണ്ടു വയസ്സിലാ ആദ്യത്തെ ബായിക്കല്.

ഉമ്മാന്റെട്ത്ത് പോയി ഞാനുറങ്ങി. വിളിച്ചിട്ട് പോയേ ഇല്ല. ഒടുവില് അയാള് മൊഴിചൊല്ലി.

രണ്ടാമത്തേതോ?

കാലിനു മന്തായിരുന്നു. ഞാനടുപ്പിച്ചില്ല...

ഉപ്പൂമ കഥ പഞ്ഞ് ഈ ഭാഗത്തെത്തുമ്പോൾ ഞങ്ങൾ പൊട്ടി ച്ചിരിക്കും. അതു കാണാൻ ഉപ്പൂമ കഥ പറയുന്നതിനിടയിൽ കാത്തിരിക്കും.

മൂന്നാമത്തേത്?

പെട്ടെന്ന് അത്യസാധാരണമായ വേഗത്തിൽ അവർ ഓർമ്മകളിൽ പൂക്കും.

അതിലല്ലേ, നിങ്ങടെ ഉപ്പ ഉണ്ടായത്... എന്നെ പൊന്നുപോലെ കൊണ്ടു നടന്നതാ. പക്ഷേ ഗർഭം എനിക്കു സഹിക്കാവുന്നതിന്റെ അപ്പുറമായി രുന്നു.

അന്നുണ്ടോ ഓപ്പറേഷനും ആശുപത്രീം. മരിച്ചാ മരിച്ചു. അത്രതന്നെ. പ്രാണവേദനയിൽ ജീവൻ പറിഞ്ഞുപോരുമെന്നു തോന്നിയപ്പോൾ ഞാനൊരൊറ്റ നെലൂളിയാണ് - റബ്ബേ, ഇനിയെന്റെ വയറ്റില് കായും പൂവും തരല്ലേ...

---

* കല്യാണം കഴിച്ചത്

പിന്നെ ഒരാളും ഉണ്ടായില്ല.

നിങ്ങളെ ഉപ്പാക്ക് ഒന്നര വയസ്സുള്ളപ്പോൾ ആൾ പോയി. രാത്രി ഉറങ്ങാൻ കിടന്നതാണ്. മരിച്ചൂന്ന് തോന്നുകയേ ഇല്ല. മോയിണ്ണിക്ക എപ്പോഴും എന്റെ വിഷമങ്ങളേ ശ്രദ്ധിച്ചിരുന്നുള്ളൂ.

അല്പം മുതിർന്നപ്പോൾ ഈ ചോദ്യം ചോദിച്ചു:

പിന്നീടെന്തേ കല്യാണം കഴിച്ചില്ല?

ഒരുപാട് ആളുകള് വന്നിരുന്നു. പള്ളിയിലെ ഒരു മൗലാര്. 'ജന്നത്തുൽ ഫിർദൗസ്' എന്നാണ് മൂപ്പരെന്നെ വിളിക്കുക. എന്നെക്കാണാൻ നല്ല ഭംഗിയായിരുന്നു, അന്ന്.

ഇപ്പഴെന്താ ഒരു കുറവ്?

അവർ നാണിച്ചു.

എന്നിട്ടെന്തേ സമ്മതിച്ചില്ല?

ആർത്തുകരഞ്ഞാലും ഈ മുറീല് ഒന്നെത്തി നോക്കാത്ത നിങ്ങളെ ഉപ്പ കാരണം. ഓനന്ന് കുഞ്ഞാണ്. എന്റെ രാവും പകലും സൂര്യനും ചന്ദ്രനും ഒക്കെ അവനായിരുന്നു. ഒന്നും വേണ്ടാന്നു വെച്ചു. ഒറക്കത്തില് വന്ന് ഒരുപാട് നിർബന്ധിച്ചതാ മോയിണ്ണിക്ക.

ഇപ്പോം ഖേദം തോന്നുന്നുണ്ടോ?

ചോദിച്ചതിനുള്ള ഉത്തരമല്ല ഉപ്പൂമ പറഞ്ഞത്.

ആ മോന് ഇപ്പോ എന്നെ വേണ്ട.

ആരു പറഞ്ഞു? ഞങ്ങളെ ഉപ്പതന്നെയല്ലേ ഇങ്ങോട്ടു പറഞ്ഞയച്ചത്?

ആണോ? അവരുടെ കണ്ണുകളിൽ സന്തോഷത്തിന്റെ വെളിച്ചം ചിതറി.

പിന്നല്ലാണ്ട്? അല്ലേ, ഹസീനാ?

പെട്ടെന്ന് ഉപ്പൂമ പറഞ്ഞു.

റബ്ബേ, അസറ് ബാങ്ക് കൊടുക്കാൻ സമയമായി.

ഞാനൊന്നു വുളു എടുക്കട്ടെ.

കട്ടിലിൽനിന്ന് നിരങ്ങിനീങ്ങി അവർ മരപ്പലക വട്ടത്തിൽ മുറിച്ച ഭാഗത്തേക്കു പോയി.

ഈ ഇരുട്ടത്തു കിടന്നിട്ടും ഉപ്പൂമാക്ക് എങ്ങനെയാണ് കൃത്യസമയം പറയാൻ കഴിഞ്ഞത്?

ഈ ദുരിതക്കടലിലും എങ്ങനെ ദൈവഭയം?

ആരെയോ കാത്തിരിക്കുംപോലെ ഇത്ര ശുചിത്വം?

അവർ വുളുവെടുത്തുകൊണ്ടിരിക്കേ കൃത്യം അസർ വാങ്ക് മുഴങ്ങി.

ഉപ്പ മുറിവൈദ്യന്മാരുടെ പിന്നാലെ പാഞ്ഞതുകൊണ്ട് അവർ പറ്റേ കിടപ്പിലായിപ്പോയതെന്ന് കമ്മക്കോത്തെ ചെറിയ തങ്ങൾ ഒരിക്കൽ

പറേണത് കേട്ടിട്ടുണ്ട്. അതു പറഞ്ഞപ്പോൾ ഓർമ്മ വന്നിട്ടുണ്ട്. മൂന്നു നിരത്തെ ആട് മൂസാക്ക ഉപ്പൂമയുടെ വാതം മാറ്റാൻ അത്യപൂർവ്വ ഔഷധ നിർമ്മാണമെന്നപേരിൽ മൂന്ന് മാടപ്രാവിനെ അറുത്ത ചോര, മൂന്നു പ്രദേശത്തുനിന്നു പറിച്ച കുറുന്തോട്ടി, മൂന്നു കുപ്പി ആട്ടിൻ പാൽ - അങ്ങനെ പലതും ചേർത്ത് മൂന്നു ദിവസത്തെ തയ്യാറെടുപ്പുകൊണ്ടു ണ്ടാക്കിയ ഭസ്മം. അതു തേനിൽ ചാലിച്ച് ഒരു മാസം കഴിച്ചാൽ ആള് കിടക്കപ്പായിൽനിന്ന് ഓടിപ്പോകും. വ്യാജചികിത്സ നടത്തി രണ്ടുപേരെ കൊന്ന കേസിൽ ആട് മൂസാക്കയാണ് ഓടിപ്പോയത്. ഉപ്പൂമ കുറെക്കൂടി രോഗിയായി എന്നു മാത്രം.

ഞങ്ങൾ കുട്ടികൾ ഉപ്പൂമയുടെ കാര്യം പറഞ്ഞ് വലിയവരെപ്പോലെ സങ്കടപ്പെടും.

ഞാൻ പറയും.

മുതിർന്നാൽ ഞാൻ വലിയ ഡോക്ടറാവും. പിന്നെ ഉപ്പൂമയെ ചികിത്സിച്ച് സുഖപ്പെടുത്തി നടത്തിക്കും.

അതു പറഞ്ഞപ്പോൾ ഉപ്പൂമ സ്വയം മറന്നു ചിരിക്കും.

അപ്പോഴേക്കും ഞാനുണ്ടാവോ പൈതലേ.

പിന്നെയെന്താ? ഞാനിപ്പം എട്ട് പാസ്സായി. ഒമ്പത്, പത്ത്... എല്ലാം കൂടി കഴിയുമ്പം അത്ര വലിയ കൊല്ലൊന്നുമാവൂലാ.

ഹസീന പറഞ്ഞു: അല്ലാഹുവാണേ ഞാനും ഡോക്ടറാവും. ഉപ്പൂ മാനെ നടത്തിക്കും.

രണ്ട് പേർടേം ആശ പറഞ്ഞല്ലോ. ഉപ്പൂമാക്കെന്താണ് പൂതി? നടന്നു പോയി നാറാത്തുള്ള ഏട്ടത്തിയെ കാണാൻതന്നെയാവും അല്ലേ?

ചിരിച്ചുചിരിച്ച് പെട്ടെന്ന് കണ്ണുകളിൽനിന്ന് രണ്ടുതുള്ളി അവരെ കബളിപ്പിച്ചുകൊണ്ട് അടർന്നുവീണു.

എനിക്കിനി ഒരു പൂതിയുമില്ല. ഈ കുടുസ്സു ജനാലയ്ക്കുപകരം കുറച്ചുംകൂടി വീതീം വിസ്താരോം ഉള്ള ഒരു ജനാല കിട്ടിയാൽ മതിയാ യിരുന്നു.

ഇരുട്ടു കട്ടപിടിച്ച മുറിയിൽ ഏതോ മാലാഖയുടെ കരുണാർദ്രമായ ഒറ്റക്കണ്ണുപോലെയായിരുന്നു ആ ജനാല. അതിന്റെ മരപ്പാളികൾ തുറക്കു മ്പോൾ അവർക്ക് ഒരു തുണ്ട് ആകാശവും കുറച്ചു പച്ചയും പിന്നെ ഒരിക്കൽ അവർ ചടുലവേഗത്തോടെ നടന്നുപോയ ചരൽ കലർന്ന മണ്ണും മാത്രം കിട്ടും.

ഇന്നോളം ഞാനൊരു തെറ്റും ചെയ്തിട്ടില്ല. എന്നിട്ടും റബ്ബ് എന്തിനാ ണെന്റെ ചിറക് അരിഞ്ഞുകളഞ്ഞത്.

നിയന്ത്രണം വിടുമ്പോൾ അവർ ചോദിക്കും. എന്നിട്ടും ആ ഇരുന്ന ഇരുപ്പിൽ അഞ്ചുനേരവും നമസ്കരിച്ചു.

നാഥാ നീയെന്റെ മോനെ സ്വർഗപ്പൂങ്കാവനത്തിൽ ഒരുമിപ്പിക്കണേ.

ഉപ്പയോട് ഇത്രയേറെ പരിഭവമുണ്ടായിട്ടും എന്തിനാണ് മോനെ സ്വർഗപ്പൂങ്കാവനത്തിൽ ആദ്യം കാണുവാൻ ഉപ്പൂമ ആഗ്രഹിക്കുന്നത് എന്നത് ഞങ്ങളെ സംബന്ധിച്ചിടത്തോളം വലിയ അദ്ഭുതമായിരുന്നു.

ഞാൻ വലുതായാൽ ശമ്പളം കിട്ടിയാൽ ആദ്യം ചെയ്യുക ഉപ്പൂമാക്ക് ഒരുപാട് വീതിയും വിസ്താരവുമുള്ള ജനാലയുള്ള ഒരു മുറി ഉണ്ടാക്കി ത്തരലാണ്.

ഇതു കേൾക്കുമ്പോൾ ഒക്കെ അവർ ഒരു പൊട്ടിച്ചിരി അടക്കിവെക്കും. എന്നിട്ട് ഗൗരവത്തിൽ തലയിൽ കൈവെച്ചനുഗ്രഹിക്കും.

ന്റെ മക്കൾക്ക് അല്ലാഹുത്തആല അതിനുള്ള കഴിവും ആഫിയത്തും ഉണ്ടാക്കിക്കൊടുക്കട്ടെ.

ആയിടെ തോട്ടിൻകരയിൽ കുടികിടപ്പുനിയമപ്രകാരം കിട്ടിയ പത്തു സെന്റു ഭൂമിയും കൊച്ചുവീടും ഉപ്പ വിൽക്കാൻ തീരുമാനിച്ചു. കുവൈത്തി ലേക്ക് ഒരു വിസ. പോയി ആറുമാസംകൊണ്ട് പുതിയ വീടെടുക്കാം.

ഉപ്പൂമ ഓർമ്മകളിൽ പരതി.

മഹാപ്രളയം വന്ന് ലോകമാകെ മൂടിപ്പോയേക്കുമെന്നു തോന്നിയ ഒരു ബാല്യകാലസന്ധ്യ. താമസിക്കുന്ന തുരുത്ത് മുങ്ങിക്കൊണ്ടിരിക്കുന്നു. മരണംപോലെ തോരാത്ത മഴ. ഒറ്റയ്ക്ക് അനാഥമായ ആ ഇരുട്ടിൽ നില വിളിച്ചുകൊണ്ട് അങ്ങോട്ടുമിങ്ങോട്ടുമോടുന്ന പെൺകുട്ടി. ജ്യേഷ്ഠത്തിയെ ഇരിക്കൂറിലേക്കു കെട്ടിക്കൊണ്ടു പോയിരിക്കുന്നു. വീടു വിറ്റാൽ മോനേ, ഈ പാതിമയ്യത്ത് നീ എവിടെ കൊണ്ടിടും?

കലങ്ങിയ കണ്ണുമായി ഉപ്പൂമ ഉപ്പയോടു ചോദിച്ചു.

മൂത്തുമ്മാടെ വീടുണ്ടല്ലോ. ഒരു ആറുമാസത്തേക്ക്. നമുക്കെല്ലാ വർക്കും വേണ്ടീട്ടല്ലേ? കുട്ട്യോളൊക്കെ അവര്ടെ ഉമ്മാന്റെ വീട്ടില് നിൽക്കട്ടെ.

എനിക്കെന്റെ കുട്ട്യോളെ കാണാതെ നിൽക്കാൻ പറ്റൂലാ...

അവരുടെ ദുർബലമായ പ്രതിഷേധം നാടുകടത്തലിന്റെ ഒറ്റമുറിയിൽ ഒടുങ്ങി.

ഇരുട്ടിൽ വീണ്ടും അതേ ജനാല. രണ്ടര അടി ഉയരം. ഒന്നേമുക്കാൽ വീതി.

പുറത്ത് പകൽ പച്ചയും മഞ്ഞയും വയലറ്റും കലർന്ന ഒരവ്യക്ത ചിത്രം. ചിലപ്പോഴൊക്കെ കാഴ്ച അങ്ങനെയാണ്.

ഉപ്പൂമയെ കാണാൻ ഞങ്ങൾ കുട്ടികൾ നാറാത്തെ വീട്ടിലേക്കു പോകും. സത്യത്തിൽ അത് വലിയൊരു ആഘോഷം തന്നെയായിരിക്കും. പത്തുകിലോമീറ്റർ നടക്കണം. വളപട്ടണം പുഴയുടെ തീരത്തുകൂടി കാട്ടാ മ്പള്ളിവരെ ഒരൊറ്റ കാൽനടപ്പാതയായിരുന്നു, പണ്ട്. അതേ അറിയു മായിരുന്നുള്ളൂ.

പുറപ്പെടുംമുമ്പ് ഹസീനയോട് ഉറപ്പുവരുത്തും.

നീ നടക്ക്വോ?

ഉം.

കഴിഞ്ഞ തവണത്തെപ്പോലെ കാല് കുഴയുന്നൂന്നും പറഞ്ഞ് പെരുവഴീല് ഇരുന്നുകളയുമോ?

ഇല്ല, അള്ളാഹുവാണേ ഇല്ല.

രാവിലെ ഒമ്പതുമണിക്കു പുറപ്പെട്ടാൽ ഉച്ചയാവുമ്പോഴേക്ക് നാറാത്തെത്തും.

പോകുമ്പോൾ ഉമ്മ ഇരുപത് പൈസ തരും. പത്തുപൈസ നിലക്കടല വാങ്ങാൻ. കുറെയങ്ങു നടന്നാൽ കാട്ടാമ്പള്ളി റോഡ് കയറിയിട്ടേ കടല പോക്കറ്റിൽ നിന്നെടുക്കാവൂ എന്നൊരു അലിഖിത നിയമമുണ്ട്. ഓരോ ഇലക്ട്രിക് പോസ്റ്റിലും ഓരോ കടല. അങ്ങനെയാണതിന്റെ കണക്ക്. അതിനിടയ്ക്ക് കേടുബാധിച്ച വല്ല കടലയും വന്നു ചവർത്തുനിന്നാൽ അടുത്ത പോസ്റ്റുവരെ തുപ്പിക്കളഞ്ഞ് ബോറടി മാറ്റാം.

പക്ഷേ മടങ്ങി വരുന്നത് വലിയൊരു ഉത്സവപ്രതീതിയിലാണ്. ഉപ്പൂമയെ കാണാൻ വരുന്നവരിൽ ചിലർ എന്തെങ്കിലും കൊടുക്കും. അതൊക്കെ ഒരു 'പാരീസിന്റെ അളു'വിൽ സൂക്ഷിച്ചുവെക്കും. പേരക്കുട്ടികൾ വരുന്നതുവരെ പലഹാരങ്ങൾ കാറിപ്പോകരുതേയെന്ന് പ്രാർത്ഥിക്കും. തിരിച്ചുവരുമ്പോൾ കൈനിറയെ പൈസയും. ബസ്സിലാണ് തിരിച്ചു നാട്ടിലെത്തുക. കടവിൽനിന്നു പുറപ്പെടുന്ന ബസ്സിൽ സ്ത്രീകളുടെ സീറ്റിലിരുന്ന് ഹസീന എന്നെ തിരിഞ്ഞുനോക്കി നാണത്തോടെ ചിരിക്കും.

ഉപ്പൂമാടെ ജ്യേഷ്ഠത്തിക്കും വീട്ടുകാർക്കും ഞങ്ങളുടെ വരവ് വലിയ ഇഷ്ടമാണ്. ഹസീന തലയിൽ തട്ടം നേരാംവിധം ഹെയർപിൻ കുത്തിവെക്കാൻ പ്രായായിരിക്കുന്നൂന്നു പറയും.

ഞങ്ങൾ ഒരു ദിവസം നടന്നു ക്ഷീണിച്ച് നാറാത്തെത്തി. എന്തോ ഓർത്തു സങ്കടപ്പെട്ട്, ജനാലയൊന്നും തുറക്കാതെ ഇരുട്ടിൽ കട്ടിലിൽ കുത്തിയിരുന്ന നിലയിൽ, തടിച്ച തലയിണയിൽ മുഖംപൊത്തി കമിഴ്ന്നു കിടക്കുകയായിരുന്നു. പതിവുപോലെ അവർ ഉച്ചമയക്കത്തിൽ പരലോകം കിനാവു കണ്ടു. സ്വർഗപ്പൂങ്കാവനത്തിൽ എത്തിയപ്പോൾ മോനവിടെ കാത്തുനിൽക്കുന്നതു കണ്ടില്ല എന്നും പറഞ്ഞാണ് ഉപ്പൂമ കരഞ്ഞത്.

ഞങ്ങൾ നീല പെയിന്റടിച്ച മരവാതിലുകൾ തുറന്നു. ഞങ്ങളെ കണ്ടിട്ടും കാണാത്തപോലെ അവർ കണ്ണുകളടച്ചു കിടന്നു.

ഹസീന എന്നെ നോക്കി കള്ളച്ചിരി പാസ്സാക്കി.

എനിക്കു കാര്യം പിടികിട്ടി.

ഇക്കിളിയിടാൻ പറ്റിയ പാകത്തിലാണ് കിടപ്പ്.

ഞങ്ങൾ ഒച്ചയുണ്ടാക്കാതെ ജനാലപ്പുറത്തെത്തി ഒരു ഓലമടൽ വെച്ച് അഴി എത്തിപ്പിടിച്ച് കയറി ചിരിയൊതുക്കിപ്പാടി.

തേങ്ങാത്തേങ്ങാ
പീരാപ്പീരാ
കുറുന്തോട്ടിയമ്മയും
കുറുന്തോട്ടിച്ചെക്കനും
ചിരിയോ ചിരി-

പെട്ടെന്നവർ ഇക്കിളിയിട്ടു ചിരിച്ചു.

ഞങ്ങൾ ഓടിച്ചെല്ലുമ്പോഴേക്കും പക്ഷേ വീണ്ടും പഴയമട്ടിൽ ഗൗരവം തന്നെ.

അവർ ഞങ്ങൾ കുട്ടികൾക്കു മനസ്സിലാവാത്ത സങ്കടം പറഞ്ഞു കൊണ്ടാണ് എഴുന്നേറ്റിരുന്നത്.

എന്നാലും മോനത് എന്നോടു ചെയ്യാൻ പാടില്ലായിരുന്നു.

എന്തു ചെയ്തെന്നാ? ഞങ്ങൾ ഉപ്പൂമയെ നോക്കി.

അവിടെയെത്തിയപ്പോൾ മോനുണ്ടായിരുന്നില്ല.

എവിടെ?

പരലോകത്ത്. സ്വർഗപ്പൂങ്കാവനത്തിന്റെ വാതിൽക്കൽത്തന്നെ ഉണ്ടാവൂന്ന് പറഞ്ഞതാണല്ലോ പോകുംമുമ്പ്.

ഉപ്പ അങ്ങനെയൊക്കെ പറയുമോ?

ഞങ്ങളുടെ അത്തരം സംശയങ്ങൾക്കൊന്നും ഉപ്പൂമ മറുപടി പറഞ്ഞില്ല.

ഉപ്പ കുവൈറ്റിലാണ്. ചോദിക്കണമെന്നു വെച്ചാൽത്തന്നെ എങ്ങനെ? പോയിട്ട് യാതൊരു വിവരവുമില്ല. കള്ളവിസേന്നാ കമ്മക്കോത്തെ ചെറിയ തങ്ങളു പറഞ്ഞത്. ഉമ്പായി പോയി പെട്ടിരിക്യാ. ഉള്ള കെടപ്പാടം കൂടി പോയിക്കിട്ടി. സൂക്ഷിക്കണംന്ന് നൂറുവട്ടം പറഞ്ഞതാ. പണ്ടേ അവനങ്ങനെയാ. അവൻ അവനു തോന്നിയതേ ചെയ്യുകയുള്ളൂ. അരയ്ക്കു കീഴെ തളർന്നുകിടക്കുന്ന ആ തള്ളയുടെ കാര്യമെങ്കിലും ഓർക്കണ്ടേ? കുട്ട്യോൾടെ ഗതി അതിനേക്കാൾ കഷ്ടം.

പാരീസിന്റെ അളുവിൽനിന്ന് അവർ ഇതിനകം പൂപ്പൽ പിടിച്ചു തുടങ്ങിയ ഒറ്റ ഉറുപ്പികയും നാലണയുമൊക്കെ വിരലുകൊണ്ടു തോണ്ടിത്തോണ്ടിയെടുത്തു. പഴയ ദിനപത്രക്കടലാസിൽ സൂക്ഷിച്ച അപ്പോഴേക്കും കാറിത്തുടങ്ങിയ മൈസൂർപ്പാക്ക്. അവര് പറഞ്ഞു: വേഗം തിന്നോ വീട്ടുകാര് കാണണ്ട. വേഗം, വേഗം.

ഞങ്ങൾ ചിരിയടക്കി തിന്നുതീർത്തു. ചിരിക്കാൻ കാരണമുണ്ട്. വായിലേക്കു കുത്തിനിറച്ച് ഞങ്ങളുടെ കണ്ണുരണ്ടും ഉന്തിനിന്നിരുന്നു. ഇതു പരസ്പരം കണ്ടാണു ചിരി.

ചിരി ഉച്ചത്തിലാകുമെന്നു കണ്ടപ്പോൾ അവർ ഒരരികിൽനിന്നു നീളമുള്ള വടി കാണിച്ചു.

കുരുത്തക്കേട് കാട്ടാണ്ട് വേഗം തിന്ന്. തുണിയലക്കിക്കഴിഞ്ഞ് ഇത്തയിപ്പം വരും.

കണ്ടാൽ എന്തെങ്കിലും വിചാരിക്കുമോ അവര്?

ഇല്ല. എന്നാലും ഒരാള് കാണാൻ വന്നപ്പം തന്നതാ. ഞാനത് അവർക്കു കൊടുക്കാതെ നിങ്ങൾക്കുവേണ്ടി സൂക്ഷിച്ചതല്ലേ?

ഈ വടി എവിടെനിന്നു കിട്ടി?

ഒരു പൂച്ച വരും. എനിക്കു കാലിനു സ്വാധീനമില്ലാന്ന് മനസ്സിലാക്കിയിട്ടുണ്ട്. രാത്രി മണം പിടിച്ചു പതുങ്ങിപ്പതുങ്ങിവരും. അടിക്കാനല്ല പേടിപ്പിക്കാനാണു വടി.

ഒരു കഷണം കൊടുക്കാരുന്നു.

ഒന്നോ? മൂന്നെണ്ണം കൊടുത്തു ആ ബലാലിന്. ആർത്തിയാണ്. ചെല മനുഷ്യന്മാരെ ഓർമ്മ വരും.

കുവൈറ്റിലേക്കു പോയ ഉപ്പാക്ക് എന്താണു പറ്റിയത്? കമ്മക്കോത്തെ ചെറിയ തങ്ങളുടെ ഊഹം ശരിയായിരുന്നു. നേരാംവിധമുള്ള വിസയായിരുന്നില്ല. രണ്ടു കൊല്ലം യാതൊരു വിവരവുമില്ല. കുവൈറ്റിൽ ഒളിവിൽ എവിടെയോ മാറിമാറി നിൽക്കുന്നു. നിയമം കർശനം. കത്തില്ല. കണ്ടവരെ കണ്ടു അത്രതന്നെ.

ഉപ്പൂമ കരഞ്ഞു.

ഏക മകനായിട്ടും എന്തോ അകൽച്ച, വിരുദ്ധദിശ അവർ തമ്മിലുണ്ടായിരുന്നു. എന്നിട്ടും പറയും:

ഇന്നലെ മോൻ കുടുസ്സുള്ള ഈ ജനാലയിൽ വന്നെത്തി നോക്കി. സ്വപ്നമാണെന്നു തോന്നിയതേയില്ല. പുറത്ത് നല്ല നിലാവ്. ആയിസാ എന്ന വിളികേട്ട് നല്ല പരിചയമുള്ള ശബ്ദമാണല്ലോന്നു കരുതി തല പൊന്തിച്ചു നോക്കുമ്പം മോൻ... എന്നെ മുത്തുംപോലെ നോക്കി.

ഉപ്പ സ്വന്തം ഉമ്മയെ ആയിസയെന്നു വിളിക്കുമോ? ഞങ്ങൾ പലവുരു സംശയിച്ചു.

മൂത്തുമ്മയുടെ വീട്ടിൽനിന്നും ഉപ്പൂമ പടിയിറക്കപ്പെട്ടു. അതിൽ ഏറെ വിഷമം മൂത്തുമ്മയ്ക്കുണ്ടായിരുന്നു. ഏക പേരക്കുട്ടിയുടെ കല്യാണം നടത്താൻ ആ വീട്ടിൽ വേറെ മുറികളുണ്ടായിരുന്നില്ല. പഴയ ഒരു ഗുഡ്സ് വണ്ടിയിൽ കയറി യാത്രയായപ്പോൾ പിന്നിൽനിന്ന് ജ്യേഷ്ഠത്തി പൊട്ടിക്കരഞ്ഞു. ഗുഡ്സിൽ ഡ്രൈവറുടെ ഭാഗത്തായി ഉപ്പൂമ പിടിച്ചുനിന്നു. തെറിച്ചുവീഴാതിരിക്കാൻ അവരെ സീറ്റോടു ചേർത്തു കെട്ടിയിട്ടു. തുറന്ന ഗുഡ്സിന്റെ പിൻഭാഗത്ത് ഹതാശനായി ഉപ്പ ഇരുന്നു. കൂടെ വട്ടത്തിൽ മുറിച്ച കട്ടിലും.

കൃത്യമായ ലക്ഷ്യമേതുമില്ലാത്ത വിധം ആ ഓട്ടോഗുഡ്സ് വണ്ടി വന്നുനിന്നത് ഉമ്മവീട്ടിലേക്കെത്തുന്ന നിരത്തുവക്കിലായിരുന്നു.

ഞങ്ങൾ രണ്ടു കുട്ടികൾക്ക് ഉപ്പൂമയുടെ വരവ് ഒരാഘോഷമായിരുന്നു. ഇനിയെന്നും ഉപ്പൂമയെ കാണാമല്ലോ.

പക്ഷേ അന്തരീക്ഷത്തെ ആകെ മ്ലാനമാക്കിക്കൊണ്ട് വിവരമറിഞ്ഞ് അമ്മാവന്മാർ കുതിച്ചെത്തി.

ആ സ്ത്രീയെ ഇങ്ങോട്ടുകയറ്റാൻ പറ്റില്ല. കാരണങ്ങൾ നിരവധിയാണ്. ഒന്ന് - ഇത് നന്നേ കുടുസ്സായ വീട്. ഇപ്പോൾത്തന്നെ ആളുകളിവിടെ ഞെരുങ്ങിയാണ് ജീവിക്കുന്നത്. രണ്ട് - ആ സ്ത്രീക്കോ അവരുടെ മോനോ ഈ വീട്ടിൽ എന്തവകാശം? എല്ലാം വിറ്റുതുലയ്ക്കുകയും മർക്കട മുഷ്ടി അതുപോലെ നിലനിർത്തുകയും ചെയ്യുന്ന അയാളോട് ഇക്കാര്യം പറയാൻ ഞങ്ങളില്ല.

വിഷാദമൂകമായ ആ സ്വീകരണം ഞങ്ങൾ കുട്ടികളെ വല്ലാതെ വേദനിപ്പിച്ചു.

വാദപ്രതിവാദങ്ങൾക്കും വഴക്കടികൾക്കും മധ്യേ തീരുമാനമായി, വിറകുപുര വൃത്തിയാക്കപ്പെട്ടു. അവിടെയും രണ്ടര അടി നീളവും ഒന്നേമുക്കാൽ അടി വീതിയുമുള്ള മറ്റൊരു ജാലകത്തിനു കീഴെ ഉപ്പൂമ മാറ്റപ്പെട്ടു. ഉപ്പൂമ മരവിച്ച വിധിക്കു വിധേയയായി. എന്തോ ഓർത്ത് മൗനം കൊണ്ടു.

കാണാൻ വന്ന ബന്ധുക്കളും അയൽക്കാരുമെല്ലാം ഒഴിഞ്ഞപ്പോൾ ഞങ്ങൾ ഉപ്പൂമയെ ഇക്കിളിയിട്ടു.

തേങ്ങാത്തേങ്ങാ പീരാപ്പീരാ

കുറുന്തോട്ടിയമ്മയും

കുറുന്തോട്ടിച്ചെക്കനും

ചിരിയോ ചിരി...

പെട്ടെന്നവർ ചിരിച്ചു. കൺകോണുകളിൽ കണ്ണീരിന്റെ ലോഹച്ചീള്.

ഡോക്ടറാകാൻ ആഗ്രഹിച്ച ഹസീന രോഗിയായി. പ്രീഡിഗ്രിക്കാലത്ത് അവളുടെ വിവാഹം നടന്നു. കൈയിലും തോളിലും അത്ര ചെറുപ്പത്തിൽ ത്തന്നെ രണ്ടു കുഞ്ഞുങ്ങൾ.

ഉപ്പയോ കുവൈറ്റിൽ ചെറിയൊരു കെഫ്റ്റീരിയയിൽ ജോലി. വിസ ശരിയാവുമ്പോഴേക്കും യുദ്ധം വന്നു. ജോർദ്ദാൻ വഴി മരുഭൂമിയിൽ നരക യാതന വീട്ടി നാട്ടിൽ.

ഇടുങ്ങിയ ജാലകത്തിന്റെ മരവാതിൽ പലപ്പോഴും തുറന്നില്ല ഉപ്പൂമ. എന്റെ ഉള്ള കിടപ്പാടംകൂടി നീ വിറ്റുതുലച്ചു. മർക്കടമുഷ്ടി നിന്റെ ജന്മ സ്വഭാവം. പറഞ്ഞാൽ കേൾക്കോ നീ? കേട്ടോ നീ? വാതിൽ തുറക്കണ്ടാ എനിക്കൊന്നും കാണണ്ടാ.

പക്ഷേ ഞങ്ങൾ കുട്ടികളുടെ മുന്നിൽ അവർ കീഴടങ്ങി.

മുതിർന്നിട്ടും ഞങ്ങളോടു പാടാൻ ആവശ്യപ്പെട്ടു. ആ ഇക്കിളിപ്പാട്ട്. പകരം ഞങ്ങൾ ചോദിച്ചത് ഇത്രമാത്രം. ഇപ്പോൾ സമയമെത്രയായി യെന്നു പറയണം. ആ കിറുകൃത്യം സമയം കേട്ട് അദ്ഭുതപ്പെടാനാണ്. മരണംവരെ അവർക്കു സമയം തെറ്റിയില്ല. ഒരു വൃത്തികേടും അവരുടെ ശരീരത്തെ തൊട്ടില്ല. ഒരു പേൻപോലും.

ഹസീനയുടെ കല്യാണം വന്നതോടെ ആ വീട്ടിലെ ആകെയുള്ള മുറിയും ഉപ്പൂമയ്ക്കു വിട്ടുകൊടുക്കേണ്ടിവന്നു. പകരം വീടിനടുത്തുള്ള ആ ഇടിഞ്ഞുപൊളിഞ്ഞ വലിയൊരു തറവാട്ടുവീട്ടിലേക്ക് അവരെ നാടു കടത്തി. ന്യായം ഇതാണ് - വിളിച്ചാൽ വിളികേൾക്കുന്ന ദൂരം എത്രയോ കാലമായി അവിടമൊന്ന് അടിച്ചുവൃത്തിയാക്കിയിട്ട്. മാറാല മാറ്റിയിട്ട്. കുറുക്കന്മാരുടെയും പാമ്പിന്റെയും താവളം. പക്ഷേ ഗതിമുട്ടിയ വഴിയിൽ അതൊരു അത്താണിയായി. ഉമ്മവീട്ടിൽനിന്ന് ഭക്ഷണം മൂന്നുനേരവും അവിടെയെത്തും. തറവാട്ടിലെ പുതിയ മുറിയിലും രണ്ടേമുക്കാൽ നീളവും കുഞ്ഞുവീതിയുമുള്ള ജനാല.

കല്യാണം കഴിഞ്ഞ് ഭാര്യയുമായി ഞാൻ ഉപ്പൂമ കിടക്കുന്ന ഇരുണ്ട ആ മുറിയിലെത്തി.

തിരിച്ചുവന്നപ്പോൾ ഭാര്യ പറഞ്ഞു: ഇത്രയും വർഷം കിടന്ന ഒരാൾ ഇങ്ങനെയാവില്ല. മുറിയിൽ ഇത്തിരി ദുർഗന്ധംപോലുമില്ല. എന്തൊരു തേജസ്സാണ് ആ മുഖത്ത്.

പക്ഷേ കുഞ്ഞുണ്ടായപ്പോൾ ആ പരിസരവുമായി ഇണങ്ങിപ്പോകാൻ അവൾ ഇത്തിരി അറച്ചുവോ?

പക്ഷേ മകന് ഉപ്പൂമയെ പെരുത്തു പിടിച്ചു.

അവനു മടിയിൽ കയറി ഇരിക്കണം. ഉപ്പൂമയുടെ മുഖത്തെ മറുകു പിടിച്ചുവലിക്കണം. അടുത്തു കിടക്കണം, പാടണം, കൊഞ്ചിക്കണം.

ജോലിക്കു പോകുമ്പോൾ പലപ്പോഴും ഉപ്പൂമ കിടക്കുന്ന കട്ടിലിനോടു ചേർത്തിട്ട ബെഞ്ചിൽ കിടത്തും കുഞ്ഞിനെ. ജനാലവഴി നീട്ടിവിളിച്ചാൽ ഉമ്മവീട്ടിൽ ഉപ്പൂമയെ കേൾക്കാം.

മകൻ വന്നതോടെ ഉപ്പൂമ എപ്പോഴും തന്റെ ജനാല തുറന്നിട്ടു.

അവനെ നോക്കി എപ്പോഴും പറയും: ന്റെ മോന്റെ തനിച്ഛായയാ!

മോൻ എന്നു പറയുമ്പോഴുള്ള അജ്ഞാതമായ ഒരു ദിവ്യപ്രകാശം അവരുടെ കണ്ണുകളിൽ തിരയടിച്ചു. അതിന്റെ അർത്ഥം മനസ്സിലാക്കാൻ എനിക്കു കഴിഞ്ഞില്ല. സത്യത്തിൽ എല്ലാം ഏതോ ഒരു മോനുവേണ്ടി യുള്ള ബലിയിടലായിത്തോന്നി; ആ ജീവിതംതന്നെ.

നീണ്ട ഇരുപത്തിയഞ്ചു വർഷം.

ആരോ അവരുടെ പാതിജന്മം അരിഞ്ഞെടുത്തു കൊണ്ടുപോയി. ക്രമേണ അവർക്കു മനസ്സിലായി. താൻ കിടക്കുന്ന ഈ ഒറ്റ മുറിയല്ല,

പുറത്തെ ലോകമാണ് തടവറ. എല്ലാ അർത്ഥത്തിലും ലോകത്തെ അവർ തിരിച്ചു വായിച്ചു. അവരുടെ ജാലകം ലോകത്തിന്റെ ജാലകം.

ഉപ്പൂമയുടെ ഖബറടക്കം കഴിഞ്ഞ് തിരിച്ചുവന്നപ്പോൾ രാത്രി. ഞങ്ങളുടെ ദുഃഖഭാരത്തെ പരിഹസിക്കുംവിധം ആകാശത്ത് പൂർണനിലാവ്.

കാടുപിടിച്ച മയ്യത്തുപറമ്പിൽ കാലം വലിച്ചെറിഞ്ഞ സിഗരറ്റു കുറ്റികൾപോലെ ഖബറുകൾ.

കാടുപിടിച്ചും കാലം പടർന്നും കാഴ്ചകളെ ആകെ കുഴമറിച്ചിട്ടു.

ഉപ്പൂമയുടെ ഖബറിടം എവിടെയാണ്?

തൊണ്ട വരണ്ടു ചിലമ്പിച്ച, വിങ്ങിപ്പൊട്ടലിന്റെ ആ കനംകുറഞ്ഞ അലർച്ച എത്ര തവണ ആവർത്തിച്ചിട്ടുണ്ടാവും ഉപ്പൂമ.

തടവറയിലെ രണ്ടര അടി വീതിയുള്ള ജാലകത്തിന്റെ അഴിയിൽ ഏന്തിവലിഞ്ഞ് അവർ കിതച്ചുവിളിക്കയാണ്.

കുഞ്ഞിന്റെ നിർത്താത്ത കരച്ചിൽ.

ഒന്ന് ഓടിവായോ എന്ന് ആരോ ദൂരെനിന്നു വിളിക്കുംപോലെ.

ഓടിയെത്തിയവരുടെയൊക്കെ കണ്ണുകൾ കുഞ്ഞിനെ വാരിയെടുക്കാൻ മാത്രം ചെന്നു. കരഞ്ഞുകരഞ്ഞു കുഞ്ഞിനു ശബ്ദം നിലച്ചിരുന്നു. തടിച്ച തലയിണയിൽ കമിഴന്നു കിടന്നിരുന്ന ഉപ്പൂമയുടെ ഞരക്കം വൈകിമാത്രമേ കേട്ടുള്ളൂ. "ഇങ്ങോട്ടു വരല്ലേ... പാമ്പ്" എന്നു മാത്രം അവർ പറഞ്ഞുകൊണ്ടിരുന്നു.

കുഞ്ഞിനെ ഉപ്പൂമയ്ക്കരുകിൽ ഉറക്കിക്കിടത്തി പോയതാരാണ്?

ഇഴഞ്ഞെത്തിയ പാമ്പിന്റെ വിഷമെത്രയാണ്?

ഒരു സീൽക്കാരം കേട്ടാണ് ഉപ്പൂമ ഉണർന്നത്. കുഞ്ഞിനരുകിലേക്ക് ഏതോ തുണിക്കഷണം വലിഞ്ഞുപോകുന്നതായാണ് ആദ്യം തോന്നിയത്. മുമ്പിൽ നോക്കാതെ അവർ ഒരു കരച്ചിലോടെ ഏന്തിവലിഞ്ഞ് പാമ്പിനെ ഒരൊറ്റ പിടിത്തം. എത്ര കൊത്തിക്കടിച്ചിട്ടും പിടിവിടാതെ. ഈ പ്രപഞ്ചം മുഴുവൻ നിറച്ചളന്നാലും പുറത്തേക്കു കവിഞ്ഞൊഴുകുന്ന സ്നേഹം.

തടിച്ച തലയിണയ്ക്കുള്ളിൽ പാമ്പ് ചത്തുകിടക്കുന്നു.

ഉപ്പൂമ ഞരങ്ങി. ആരും ഇങ്ങോട്ടുവരല്ലേ...

ഐ.സി.യുവിൽ ഉപ്പൂമ ഞങ്ങളോടു ചിരിച്ചു. ആ ഇക്കിളിപ്പാട്ടൊന്നു പാടിയാട്ടെ ചെക്കാ, പെണ്ണേ എന്നു പറയുംപോലെ.

ഞാൻ വിങ്ങിപ്പൊട്ടി.

വേദനയുണ്ടോ ഉപ്പൂമാ?

അവർ മന്ദഹസിച്ചു.

ജീവിതം മുഴുവൻ അതായിരുന്നല്ലോ എന്നു പറയുംപോലെ.

അപ്പോൾ മോയിണ്ണിക്കയുമൊത്തുള്ള ജീവിതമോ?

അവരുടെ കണ്ണുകളിൽ നാണം മിന്നി.

ആ മൂന്നുവർഷവും ഞങ്ങൾ രണ്ടു കുട്ടികളെപ്പോലെയായിരുന്നു - അവർ ചിരിക്കിടയിൽ പൊടുന്നനെ വന്ന ചുമയിൽ ശ്വാസംമുട്ടി.

മോയിണ്ണിക്കാനെ ഞാൻ മോനേന്നായിരുന്നു വിളിച്ചിരുന്നത്.

ആ രഹസ്യം കേട്ട് ഞാൻ നടുങ്ങി.

ഓർമ്മയുടെ മലവെള്ളപ്പാച്ചിലിൽ അവർ ക്ഷീണം വകവെക്കാതെ സംസാരിച്ചു.

ഞാനും മോനും തമ്മിൽ ഒരു കരാറുണ്ട്.

അവർ പിന്നെയും ചിരിച്ചു. ചിരി പൊട്ടിച്ചിരിയായി നീങ്ങാനനുവദിക്കാതെ ചുമ വന്നു തടഞ്ഞു.

രണ്ടിലൊരാൾ മരിച്ചാൽ മറ്റേ ആൾ വരുന്നതുവരെ സ്വർഗത്തിനു പുറത്തു കാത്തുനിൽക്കണം. മോയിണ്ണിക്കാന്റെ സ്വഭാവം എനിക്കല്ലേ അറിയൂ. അവ്ടെ വേറേം സുന്ദരിമാരുണ്ടല്ലോ.

ചുമയ്ക്കിടയിലും അവർ ആ തമാശ പൂർത്തിയാക്കുകതന്നെ ചെയ്തു.

അവരുടെ കണ്ണുകളിൽ ഒരു ജന്മത്തിന്റെ മുഴുവൻ പ്രകാശം ആളിക്കത്തി.

തേങ്ങാത്തേങ്ങാ പീരാപ്പീരാ

കുറുന്തോട്ടിയമ്മയും

കുറുന്തോട്ടിച്ചെക്കനും

ചിരിയോ ചിരി...

ഖബറിൽ പിടിച്ച് ഞാൻ ഉപ്പൂമയെ ഒന്ന് ഇക്കിളിയിടട്ടേ? ഇംഗ്ലീഷിൽ നീളത്തിൽ 'S' എന്നെഴുതിയപോലെ അതു പുളയാതിരിക്കില്ല.

പുറത്ത് ഗേറ്റിനപ്പുറം ഹസീനയുംകൂടി ഉള്ളപ്പോൾ പിന്നെ പറയാനുമില്ല.

■

ഇക്ക

ദുബൈ എയർപാർട്ടിലേക്കുള്ള യാത്രയിൽ അനുജനതു പറയാതിരിക്കാനായില്ല.

"ഇക്കാക്കൊരു മാറ്റവുമില്ല. എന്തിനിങ്ങനെ അപ്സറ്റാവുന്നു? 11 മണിക്കാണ് ഫ്ളൈറ്റ്. ഏറ്റവും കൂടിയത് എട്ട് മണിക്കെത്തിയാൽ മതി. ഇപ്പോൾ 7 മണി കഴിഞ്ഞതേയുള്ളൂ. ഇനി എയർപോർട്ടിലേക്ക് പത്തു മിനുട്ട് തികച്ചുവേണ്ട."

പറഞ്ഞവസാനിപ്പിക്കുമ്പോഴേക്കും അവനു ചിരി നിയന്ത്രണാതീതമായിത്തീർന്നിരുന്നു.

എങ്കിലും ടിക്കറ്റെടുത്ത് ഞാൻ ഒന്നുകൂടി നോക്കി.

ഡിപ്പാർച്ചർ: 23.00

ഇവർക്കിതു രാത്രി 11 മണിയെന്ന് എഴുതിയാലെന്താണു കുഴപ്പം? 12, 13, 14... കൂട്ടിക്കൂട്ടി കൈ കുഴഞ്ഞു. തലതിരിഞ്ഞ സമ്പ്രദായം.

അവൻ ചിരിയടക്കി എന്നെ നോക്കി.

പറഞ്ഞതുപോലെ പത്തു മിനുട്ടുകൊണ്ട് കാർ എയർപോർട്ടിലെത്തി.

ഓടിപ്പോയി ട്രോളി കൊണ്ടുവന്ന് ഡിക്കി തുറന്ന് ബാഗ് അതിനകത്തു കയറ്റിവച്ചു. ഇതിനിടയിൽ കൈയിലെ ഹാൻഡ് ബാഗിന്റെ സിബ്ബ് വലിച്ചു തുറന്ന് പാസ്പോർട്ട്, ടിക്കറ്റ് ഒക്കെ അവിടെത്തന്നെ ഉണ്ടോ എന്ന് ഉറപ്പു വരുത്തി.

അപ്പോഴും അനുജൻ എന്നെ നോക്കി തൂമന്ദഹാസം തൂകി.

"ലഗേജ് 30 കിലോ ആണ്. അലോട്ട്മെന്റ് കൂടുമോ?"

അനുജൻ പറഞ്ഞു: "ഞാൻ റൂമിൽനിന്ന് തൂക്കിനോക്കി തന്നതല്ലേ? അഞ്ചു കിലോ പിന്നെയും വെക്കാം."

ഡിപ്പാർച്ചർ എൻട്രൻസിൽ ഒരു നിമിഷം അവൻ നിന്നു: ഇതിനപ്പുറം എനിക്കനുവാദമില്ല. സമയം ധാരാളമുണ്ട്. ടെൻഷൻ വേണ്ട."

കണ്ണുകൾ നിറയുമ്പോൾ അവനു വീണ്ടും ചിരി വന്നു.

"ഈ ഇക്കയുടെ ഒരു കാര്യം. ദുബൈ എന്നു പറയുന്നത് കോഴിക്കോട്ടു

നിന്ന് ഒറ്റപ്പാലംവരെ പോകുന്ന സമയംപോലും വേണ്ട. ഓരോ ഈ രണ്ടു മണിക്കൂറിലും വിമാനമുണ്ട്."

എന്നിട്ടും അതു സംഭവിച്ചു. ലഗേജ് സ്ക്രീനിങ്ങിന്റെ ക്യൂവിലെത്തിയപ്പോൾ ദൂരെ ചില്ലുവാതിലിനപ്പുറത്തുനിന്ന് അവൻ യാത്ര പറഞ്ഞു കൈവീശിയതും ഞാൻ കർച്ചീഫിനായി തപ്പി.

അപ്പോഴേക്കും മൊബൈൽ ശബ്ദിച്ചു: ഇക്കയെന്തേ ഇങ്ങനെ ആയിപ്പോയത്? ആ മുഖമൊക്കെ ഒന്നു തുടയ്ക്ക്. കണ്ണുചുവന്നുകണ്ടാൽ ആ അറബി ഉദ്യോഗസ്ഥർക്ക് വല്ല സംശയവും തോന്നും. അല്ലേലും ഇക്കാടെ കണ്ണിന് അല്പം ചുവപ്പ് കൂടുതലാണ്."

ജീവിതത്തിൽ വൈൻപോലും നാവിൽ വെച്ചിട്ടില്ലാത്ത ഞാൻ... അനൗൺസ്മെന്റിന്റെ ബഹളത്തിലേക്ക് ശ്രദ്ധ തിരിച്ചു. എന്താണ് പറയുന്നത്?

ഫോൺ കട്ട് ചെയ്യുന്നതിനുമുമ്പ് അനുജൻ ഒന്നുകൂടി പറഞ്ഞു: "എമിഗ്രേഷൻ കൗണ്ടറിലേക്കു പോകുന്നതിനു മുമ്പുള്ള ആ ചില്ലുവാതിലിൽ PULL എന്നെഴുതിവെച്ചിട്ടുണ്ട്. എല്ലായ്പോഴുമെന്നപോലെ അതു പിടിച്ചു വലിച്ചുകൊണ്ടിരിക്കുകയൊന്നും വേണ്ട. PULL എന്നാൽ തള്ളുക എന്നാണർത്ഥം."

അതും പറഞ്ഞ് അവൻ ആർത്തുചിരിച്ചു.

പരിഹാസം എനിക്കു മനസ്സിലായി.

"ഇക്ക ഈ എം.എ. ഇംഗ്ലീഷൊക്കെ പഠിച്ചിട്ടെന്താണ് കാര്യം. ഇപ്പോഴും PULLഉം PUSHഉം അറിയാതെ പിടിച്ചുവലിച്ചുകൊണ്ടിരിക്കും. പ്രീഡിഗ്രിയിൽനിന്നു നേരെ കമ്പ്യൂട്ടർ എൻജിനീയറിങ്ങിനു പോയ എന്നെ കണ്ടു പഠിക്കണം. PULL എന്നെഴുതിക്കണ്ടാൽ ഞാനുടൻ PUSH ആണതിന്റെ വിപരീതപദമെന്നോർക്കും. PUSH ചെയ്യാനാളുണ്ടെങ്കിലേ ആർക്കെങ്കിലും എന്തെങ്കിലും ആകാനാവൂ എന്നു ചിന്തിക്കും. ബീഡിപ്പണിയും ഹോട്ടൽപ്പണിയുമൊക്കെ എടുത്ത് എം.എ. പാസ്സായ ഇക്കയെപ്പോലെ അല്ലല്ലോ ഞാൻ. എനിക്കു PUSH ചെയ്യാനാളുണ്ടായിരുന്നു -ഇക്ക. പത്താംക്ലാസിൽ ഡിസ്റ്റിങ്ഷൻ കിട്ടിയത് പഠിക്കുന്ന മേശയ്ക്കരികെ ഉറക്കംതൂങ്ങി കാവൽനിന്ന ഒരു ഇക്കമാലാഖ ഉള്ളതുകൊണ്ടല്ലേ? PUSH ചെയ്യാനൊരാള്."

പെട്ടെന്ന് ചിരി നിലച്ച് കരച്ചിൽ പതിക്കുമോ എന്നു തോന്നിയതും അദ്ഭുതകരമായി കരേറി അവൻ ചിരിയുടെ ഉച്ചസ്ഥായിയിലെത്തി, "PUSH എന്നാൽ വലിക്കുക എന്നാണ് ഇംഗ്ലീഷിൽ പറയുക, കേട്ടോ മറക്കണ്ട."

വീണ്ടും എന്തോ കളിയാക്കിപ്പറഞ്ഞതും അങ്ങേപ്പുറത്തുനിന്നും എന്തോ ഇടിച്ച ശബ്ദം കേട്ടു. ഫോൺ കട്ടായി.

അപ്പോഴേക്കും എമിഗ്രേഷൻ കൗണ്ടറിലെത്തിക്കഴിഞ്ഞിരുന്നു.

ഫോൺ ഓഫ് ചെയ്യാൻ ഒട്ടും രസിക്കാത്ത ഭാഷയിൽ അറബി

ഉദ്യോഗസ്ഥൻ ആവശ്യപ്പെട്ടു. പിന്നെ അറബിയിലെന്തോ മറ്റേ ഉദ്യോഗസ്ഥനോടു പറയുകയും ചെയ്തു.

എന്തുകൊണ്ടാവും ഫോൺ പെട്ടെന്നു കട്ടായിപ്പോയത്? എന്തിലോ ഇടിക്കുന്ന ശബ്ദവും കേട്ടല്ലോ. ഒരു നിലവിളികൂടി കൂട്ടത്തിലുണ്ടായിരുന്നോ?

എങ്ങനെയോ എമിഗ്രേഷൻ ചെക്കിങ് കഴിഞ്ഞു കടന്നതും ദൂരെ ഒരു സീറ്റിൽ പോയിരുന്ന് ഫോൺ ഓൺ ചെയ്തു. ഇങ്ങോട്ടുവന്ന അവസാന നമ്പറിൽ അമർത്തിയപ്പോൾ ഫോൺ ഓഫാണ്. ഒരു നിമിഷം ചെവിക്കു ചുറ്റും അസ്വസ്ഥത പടർത്തിക്കൊണ്ട് എന്തോ ഇരമ്പുന്നതായി തോന്നി.

ഞാൻ വീണ്ടും വീണ്ടും ഓർത്തുനോക്കി. തമാശപറഞ്ഞ് പൊട്ടിച്ചിരി നിയന്ത്രണാതീതമായിത്തീരുന്നതിനിടയിൽത്തന്നെയാണ് അതുണ്ടായത്. എന്തോ വന്നിടിക്കുന്ന ശബ്ദം. പിന്നെ ഒരു നിലവിളിപോലെന്തോ ഒന്ന്.

ദൈവമേ...!

പിന്നെ ഒട്ടും സംശയിച്ചില്ല. അറിയുന്നവരെ ഒക്കെ വിളിച്ചു. പലരും ഫോൺ എടുത്തില്ല. ചിലർ സമാധാനിപ്പിച്ചു: "നിങ്ങടെ അനുജനല്ലേ? എപ്പോഴെങ്കിലും അവൻ ഫോൺ നേരാംവണ്ണം ചാർജ് ചെയ്യുന്ന പതിവുണ്ടോ? ഫോൺ അങ്ങനെ ഓഫായിപ്പോയതാവും."

ചിലർ പറഞ്ഞു: "പേടിക്കാനൊന്നുമില്ല. നെറ്റ്വർക്കിന്റെ പ്രോബ്ലമാവും. കുറച്ചുകഴിഞ്ഞു വിളിച്ചുനോക്കൂ."

ഒരാൾ മാത്രം പക്ഷേ ഇതിൽനിന്നൊക്കെ വേറിട്ടുനിന്നു - മൊയ്തു. സംഭവം പറഞ്ഞതും കഠിനമായ ശകാരത്തോടെയാണ് അയാൾ മറുപടി പറഞ്ഞുതുടങ്ങിയത്: "ഡ്രൈവു ചെയ്യുമ്പോൾ ഫോൺ ചെയ്യരുതെന്ന് എത്ര പറഞ്ഞാലും കേൾക്കില്ല ചില മനുഷ്യർ. ഈ മൊബൈൽ കാരണം എത്രയെത്ര അപകടങ്ങളാണ് ദിവസവും. എന്നാലും പഠിക്കില്ല. എന്നാൽ ഒരു ഇയർ ഫോൺ കണക്ട് ചെയ്തു സംസാരിക്കുമോ, അതുമില്ല..." അയാളുടെ ശകാരം നീണ്ടുനീണ്ടുപോയി.

പെട്ടെന്ന് എയർപോർട്ട് അനൗൺസ്മെന്റിനാൽ മുഖരിതമായി. "കൈന്റ്‌ലി അറ്റൻഷൻ പ്ലീസ്... ഫ്ളൈറ്റ് നമ്പർ എക്സ് വൺ 342... തെഹ്റാൻ...

ഫോണിൽ ഒന്നും കേട്ടില്ല. ശകാരം തുടരുന്നുണ്ടാവും. ഓഫ് ചെയ്യാതെ ദൂരെ പിടിച്ചുവെച്ചു.

ഇനി എന്തുചെയ്യണം?

പെട്ടെന്നുതോന്നി: ഒന്നുകൂടി ട്രൈ ചെയ്തു നോക്കിയാലോ?

പരിഭ്രമത്തിനിടയിൽ കോളിങ് രജിസ്റ്ററിൽ അനുജന്റെ പേരു കണ്ടില്ല. നെയിംസിൽ പോയി പരാതിയെടുത്തപ്പോൾ പലതവണ തെറ്റി. വിരലുകൾ നേരാംവണ്ണം നിൽക്കുന്നില്ല. എഴുന്നേറ്റുനിന്നപ്പോൾ ഇരിക്കണമെന്നും ഇരുന്നപ്പോൾ നടക്കണമെന്നും തോന്നി. പാസ്പോർട്ടെവിടെ?

ബാഗിൽനിന്ന് അതെടുത്ത് യാന്ത്രികമായി പോക്കറ്റിലിട്ട് കൈയമർത്തിപ്പിടിച്ചു. ഈ കഠിനശൈത്യം പ്രസരിക്കുന്ന എ.സി. ഹാളിലിരുന്നു ഞാൻ വിയർത്തുകുളിക്കുകയാണ് എന്നെനിക്കു മനസ്സിലായി.

ഒടുവിൽ അനുജന്റെ ഫോൺ നമ്പർ കണ്ടുപിടിച്ചു. വിരൽ തെന്നിപ്പോകാതെ ശ്രദ്ധിച്ച് ബട്ടണിൽ അമർത്തി - കാളിങ്... പെട്ടെന്ന് ചുമലിനകത്തുകൂടെ മിന്നൽപോലെ എന്തോ പുളഞ്ഞുപോയി. അതു ശ്രദ്ധിക്കാതെ മൊബൈൽ ചെവിയിൽ ചേർത്തുപിടിച്ചു.

ഫോൺ ഓഫാണെന്ന് അറിയിപ്പുകിട്ടി. ഇംഗ്ലീഷിനു പുറമേ അറബി അനൗൺസ്മെന്റിന്റെ ഒടുക്കംവരെ യാന്ത്രികമായി മൊബൈൽ ചെവിയിൽ വെച്ചു. ഒടുവിൽ ഫോൺ പോക്കറ്റിലിടുംമുമ്പ് കൈയിൽ പിടിച്ച് കുറെ ആലോചിച്ചു. ഇനി എന്തുചെയ്യും?

അപ്പോഴേക്കും ഉച്ചത്തിലുള്ള അനൗൺസ്മെന്റ് അലയടിച്ചു.

ശരീരമാസകലം കുഴയുകയാണ്. പെട്ടെന്ന് വമ്പിച്ച പ്രതീക്ഷയുണർത്തിക്കൊണ്ട് ഫോൺ മുഴങ്ങുകയായി.

എടുത്തപ്പോൾ ഒടുവിൽ വിളിച്ച ആളാണ് - മൊയ്തു. പ്രതീക്ഷയോടെ ചെവിയിൽ വിറകൈയോടെ ഫോൺ അമർത്തിവെച്ചു. അനൗൺസ്മെന്റിന്റെ ശബ്ദത്തിൽ ഒന്നും മനസ്സിലായില്ല.

മറ്റൊന്നും ആലോചിച്ചില്ല. അടുത്തുകണ്ട റിഫ്രഷ്മെന്റ് റൂമിലേക്കു കയറി വാതിലടച്ചു. അനൗൺസ്മെന്റ് വാതിൽപ്പാളിയിൽ മുറിഞ്ഞു. ഫോൺ അപ്പോഴും ചെവിയിൽ അമർത്തിപ്പിടിച്ചിരുന്നു. ഉള്ളംകൈയിൽ വിയർപ്പുണ്ട്. ഫോൺ വഴുതിപ്പോകാതിരിക്കാൻ ഏറെ ശ്രദ്ധിച്ചു.

"പറയൂ മൊയ്തൂ, അവനെപ്പറ്റിയുള്ള എന്തെങ്കിലും വാർത്തകൾ?"

അതയാൾ കേട്ടില്ലെന്നു തോന്നി.

"അതേയ്. ഫോൺ കട്ടായിപ്പോയി... ഇനിയെങ്കിലും ആളുകളോട് ഡ്രൈവു ചെയ്യുമ്പോൾ ഒരു കാരണവശാലും ഫോൺ എടുക്കുകയോ സംസാരിക്കുകയോ ചെയ്യരുതെന്നു പ്രത്യേകം പറയണം. അതോർമ്മിപ്പിക്കാനാണ് ഞാൻ വിളിച്ചത്. എത്ര പഠിച്ചാലും നമ്മളൊന്നും പഠിക്കില്ല."

ഫോൺ വലിച്ചൊരേറുകൊടുക്കാനാണ് തോന്നിയത്. നല്ല ദേഷ്യത്തിൽ നാലു വർത്തമാനം തിരിച്ചങ്ങു പറയാനോങ്ങിയതാണ്. പക്ഷേ ദേഹമാസകലം വിറയ്ക്കുന്ന ഞാൻ ആരോട് എങ്ങനെയാണ് തർക്കത്തിലേർപ്പെടേണ്ടത്?

ഫോൺ വീണ്ടും ശബ്ദിക്കുകയാണ്. അങ്ങേത്തലയ്ക്കൽ മൊയ്തു.

എടുക്കണോ വേണ്ടയോ? ഇനി വല്ല വിവരവുമറിഞ്ഞു വിളിച്ചതാവുമോ? വേണ്ട. നല്ലതൊന്നും പറയാനുള്ള യോഗമില്ലാത്ത ഒരുത്തനാണവൻ.

ഫോൺ കട്ട് ചെയ്തപ്പോൾ മറ്റൊരു നമ്പർ ഓർമ്മവന്നു. അപ്പോഴേക്കും

യാന്ത്രികമായി ഞാൻ റിഫ്രഷ്മെന്റ് റൂമിൽനിന്നു പുറത്തുവന്നു കഴിഞ്ഞിരുന്നു.

അനൗൺസ്മെന്റ് അപ്പോഴേക്കും ശമിച്ചുകഴിഞ്ഞിരുന്നു. ദൈവമേ, എന്റെ ഫ്ളൈറ്റ് പോയിട്ടുണ്ടാവുമോ? ഇപ്പോൾ സമയമെന്തായിക്കാണും? വിയർപ്പിൽ കുതിർന്ന് വാച്ചിന്റെ ചില്ലുകളിലൂടെ സമയം ആവിയായി അവ്യക്തമായി മൂടിക്കിടന്നു.

ബെല്ലടിച്ചതും ആൾ എടുത്തു.

"വിമീഷല്ലേ?"

"അതെ ആരാണ്?"

"ഞാൻ ജമാലിന്റെ ബ്രദർ സലാമാണ്. ഞാനൊരു വല്ലാത്ത മാനസികാവസ്ഥയിലാണ്. എയർപോർട്ടിൽ യാത്രയാക്കാൻ വന്ന ജമാലിനെ വിളിച്ചിട്ടു കിട്ടുന്നില്ല."

വിമീഷിന് ഒന്നും മനസ്സിലായില്ല.

"ഇക്ക നല്ല ടെൻഷനിലാണല്ലോ. പരിഭ്രമിക്കാതെ കാര്യം പറയൂ."

"അവൻ തിരിഞ്ഞുപോകുന്നതിനിടയിൽ ഫോണിൽ ഞങ്ങൾ സംസാരിച്ചുകൊണ്ടിരിക്കെ പെട്ടെന്നതു കട്ടായി."

"ഹൊ! ഇത്രയേയുള്ളൂ?"

"വിമീഷ്, കാര്യം അത്ര നിസ്സാരമായി എനിക്കു തോന്നുന്നില്ല. ഞങ്ങളുടെ സംസാരം പെട്ടെന്നു മുറിയുകയായിരുന്നു. എന്തിലോ ചെന്നിടിക്കുന്ന വലിയൊരു ശബ്ദവും നിലവിളിപോലൊന്നും...

പെട്ടെന്ന് നാവു വരണ്ടുപോയതായി എനിക്കുതോന്നി. എങ്കിലും ഇച്ഛാശക്തികൊണ്ട് ഞാൻ വാക്കുകൾ പൂർത്തിയാക്കി:

"വിമീഷ്, ഞാൻ പറയുന്നതൊന്നു ശ്രദ്ധിച്ചുകേൾക്കണം. നിലവിളിപോലൊന്നും കേട്ടു എന്നല്ല, നിലവിളിതന്നെയായിരുന്നു അത്. പലതവണ ഞാൻ വിളിച്ചു; അവനെ കിട്ടുന്നില്ല. ഞാനാണെങ്കിൽ എയർപോർട്ടിൽ എന്താണു ചെയ്യേണ്ടതെന്നറിയാത്ത അവസ്ഥയിലും. പ്ലീസ്, എന്തെങ്കിലും ചെയ്യാൻ പറ്റുമോ? വിമീഷ് ഇപ്പോൾ എവിടെയാണ്?"

"ഞാനിപ്പോൾ അബുദാബിയിലാണ്, മുസഫയിൽ. 200 കിലോമീറ്ററിനിപ്പുറം."

എന്തു പറയണമെന്നറിയാതെ ഞാൻ കുഴഞ്ഞുവീഴുമെന്ന നിലയിൽ നിൽക്കുകയാണ്. പെട്ടെന്ന് അനൗൺസ്മെന്റിൽ മുങ്ങി വിമാനത്താവളം മുഴുവൻ ഒരു ശത്രുസൈന്യത്താവളമായി എനിക്ക് അനുഭവപ്പെട്ടു.

റിഫ്രഷ്മെന്റ് റൂമിലേക്കുതന്നെ ഓടിപ്പോയി. വാതിലടഞ്ഞതും വിമീഷിന്റെ സ്വരം ഞാൻ കേട്ടു: "ആദ്യം ചെയ്യേണ്ടത് ഇക്ക പരിഭ്രമിക്കാതിരിക്കുക എന്നതാണ്. ഇക്ക കാടുകയറി ചിന്തിക്കുന്നതുപോലെ ഒന്നുമുണ്ടാവില്ല... എന്നാലും ഞാൻ വേണ്ടതു ചെയ്യാം."

“ഫ്ളൈറ്റ് പോകുന്നെങ്കിൽ പോകട്ടെ. അവന്റെ വിവരമറിയാതെ ഇവിടെനിന്ന് അനങ്ങുന്ന പ്രശ്നമേയില്ല. പാസ്പോർട്ട് വിസ ‘എക്സിറ്റ്’ അടിച്ച നിലയിലായിപ്പോയി. ഇല്ലെങ്കിൽ ഞാൻ പുറത്തുകടന്നേനെ.”

“ഇക്കാ പരിഭ്രമം കുറയ്ക്ക്. നമുക്ക് പരിഹാരം കണ്ടുപിടിക്കാം.”

“പറയൂ വിമീഷ്.”

എനിക്ക് ലോകം വിമീഷ് എന്ന കിളിവാതിൽമാത്രമുള്ള ഇരുണ്ട ഒന്നായിത്തോന്നി.

“ഞാൻ ചോദിക്കുന്നതിനൊക്കെ ഇക്ക സമാധാനമായി ആദ്യം ഉത്തരം തരണം.”

“പറയാം വിമീഷ്. അവനു മുട്ടയിൽനിന്നു വിരിയാത്ത രണ്ടു കുഞ്ഞു ങ്ങളാണ്. പാവം ഒരു ഭാര്യയും...”

“ഇക്കാ, ഇങ്ങനെയായാൽ എനിക്കൊന്നും ചെയ്യാൻ പറ്റില്ല.”

“ഞാൻ പറയാം വിമീഷ്. ചോദിക്കുന്നതിനപ്പുറം ഞാനൊന്നും പറ യില്ല.”

“എയർപോർട്ടിലെ ഏതു ടെർമിനലിലാണ് യാത്രയാക്കാൻ ജമാൽ വന്നത്?”

“റ്റൂ.”

“യാത്രപറഞ്ഞ് എത്ര സമയം കഴിഞ്ഞാണ് ഫോൺ കട്ടായത്?”

“ഏകദേശം അരമണിക്കൂറായിക്കാണും. കൂടിയാൽ നാല്പതു മിനുട്ട്.”

“ഓകെ. ആൾ ഷാർജ റോളയിലുള്ള താമസസ്ഥലത്തേക്കാണോ അതോ ദുബെ മീഡിയാ സിറ്റിയിലേക്കാണോ പോയത്?”

“താമസസ്ഥലത്തേക്കുതന്നെ”

“എന്നാൽ ഇക്ക യാതൊന്നുംകൊണ്ടും പേടിക്കേണ്ട. അവനെ ട്രേസു ചെയ്തു കണ്ടുപിടിക്കാൻ തൊട്ടടുത്തുതന്നെ ആളുണ്ട്. ഞാൻ തിരിച്ചു വിളിക്കാം.”

“വിമീഷ്, എങ്ങനെയാണ് താങ്ക്സ് പറയേണ്ടതെന്നറിയില്ല.”

“ഇക്ക വല്ലതും കുടിച്ചുവോ?”

“ഇല്ല.”

“എന്നാൽ ഏതെങ്കിലും കോഫി ഔട്ട്ലെറ്റിൽ കയറി വല്ല ജ്യൂസിനും ഓർഡർ ചെയ്തിരിക്ക്. അഞ്ചുമിനുട്ടിനകം ഞാൻ ഇക്കയെ തിരിച്ചു വിളിക്കും.”

രണ്ടോ മൂന്നോ തവണ റിഫ്രഷ്മെന്റിൽ കയറിയിട്ടും ഒന്നു മുഖം പോലും കഴുകിയില്ലല്ലോ എന്നോർത്തു.

മുഖം കഴുകാൻ വാഷ്ബേസിനടുത്തുവരെ എത്തിയതാണ്. മൊബൈൽ എവിടെ വെക്കും എന്നോർത്തപ്പോൾ വേണ്ടെന്നു വെച്ചു.

വാഷ്ബേസിനും പരിസരവും നനഞ്ഞനിലയിലാണ്. ഫോൺ നനഞ്ഞാൽ പ്രശ്നമാവും. പോക്കറ്റിലിടാമെന്നുവെച്ചാൽ നിറയെ പേപ്പറുകളാണ്; പോരാത്തതിന് വാവട്ടം കുറഞ്ഞത്. മുഖം കഴുകാതെ തിരിച്ചുവന്നിരുന്നു. അപ്പോഴേക്കും ഒരാൾ വന്ന് അടുത്തിരുന്ന് പാസ്പോർട്ട് കാണിക്കാൻ ആവശ്യപ്പെട്ടു. സി.ഐ.ഡിയാണ്. ഞാൻ ചോദിച്ചു:

"എന്താണു പ്രശ്നം?"

"നാലു തവണ നിങ്ങൾ റിഫ്രഷ്മെന്റ് റൂമിൽ ഒളിച്ചുനിന്നതെന്തിനാണ്, ഒട്ടും അതുപയോഗിക്കാതെ. നിങ്ങളുടെ ദേഹത്ത് എന്തെങ്കിലും ഒളിപ്പിച്ചുവച്ചിട്ടുണ്ടോ? എക്സ്പ്ലോസീവായി വല്ലതും?"

എന്റെ വിശദീകരണങ്ങൾ ആകെ കുഴഞ്ഞുമറിഞ്ഞതിനാൽ അവരുടെ ചെക്കിങ് റൂമിലേക്കു പോകേണ്ടിവന്നു. ദേഹപരിശോധനയ്ക്കിടയിൽ ഒരുവിധം കാര്യം പറഞ്ഞൊപ്പിച്ചു. അവർ തണുത്ത പഴച്ചാറ് കൊണ്ടുത്തന്നു. സോറിയും പ്രാർത്ഥനയും പറഞ്ഞ് തിരിച്ചയച്ചു.

ഇതിനിടെ പരിശോധനയ്ക്കിടയിൽ വന്ന രണ്ട് കോളുകൾ അറ്റൻഡ് ചെയ്യാൻ അവർ സമ്മതിച്ചില്ല. ധൃതിയിൽ ഫോണിൽ നോക്കിയപ്പോൾ അത് ഓഫായ നിലയിൽ കിടക്കുന്നു.

എങ്ങോട്ടെന്നില്ലാതെ നടക്കുന്നതിനിടയിൽ വിമാനത്താവളത്തിൽ മുഴങ്ങിക്കേട്ട അനൗൺസ്മെന്റിന് മൊയ്തുവിന്റെ ശകാരവർഷവുമായി സാദൃശ്യം തോന്നി. ഓരോ വ്യക്തിയിലും ഒരു ഹിറ്റ്ലർ ഉറങ്ങിക്കിടക്കുന്നുണ്ട്. അധികാരത്തിന്റെ ശീതളക്കാറ്റേൽക്കുമ്പോൾ എഴുന്നേൽക്കുന്ന ഹിറ്റ്ലർ. ഹിറ്റ്ലർ വ്യക്തിയും സമൂഹവുമാണ്. മൊയ്തുവിന്റെ കിരാതമായ സാമൂഹ്യ മുന്നറിയിപ്പുകൾപോലെ.

എവിടെ വെച്ച് ഈ മൊബൈൽ ഒന്നു ചാർജ് ചെയ്യാനാവും? വിമാനത്താവളത്തിലെ ചുവരുകളിൽ ചിതറിപ്പോവുകയാണ് മനസ്സ്.

ഒന്നുകൂടി ഓൺ ചെയ്തുനോക്കിയപ്പോൾ ഫോൺ ശരിയായി. മിസ്ഡ്കോൾ പന്ത്രണ്ട് എണ്ണം. ഒരേയൊരാൾ - വിമീഷ്. തിരിച്ചു ഡയൽ ചെയ്തുകൊണ്ടിരിക്കേ 'പ്ലീസ് ചാർജ്' എന്ന മുന്നറിയിപ്പു ഫോണിൽ വന്നുകൊണ്ടിരുന്നു. ഏതു നിമിഷവും കെട്ടുപോകാം.

ഫ്ളൈറ്റ് പോയിക്കാണും. ഇടയ്ക്കെപ്പോഴോ ആവർത്തിച്ചു വിളിച്ച പേര് എന്റേതുതന്നെയല്ലേ?

എവിടെ വിമീഷ്? വിമീഷിന്റെ പേര് അമർന്നു. കാളിങ്... കാളിങ്... കാളിങ്... അതിനിടയ്ക്ക് 'പ്ലീസ് ചാർജ്' എന്ന മുന്നറിയിപ്പ്.

ഭാഗ്യം! അവനെടുത്തു.

"ഇക്കാ..."

ഫോൺ കട്ടായി. ചാർജ് പോയതാണ്.

"ഇക്കാ..." അതെ അതൊരു വികാരമടക്കിയുള്ള വിളിതന്നെ. ഞാൻ പൂരിപ്പിക്കാം വിമീഷ്...

പിറകിലാരോ തൊടുന്നു. നേരത്തെ അടുത്തുവന്നു കൂട്ടിക്കൊണ്ടുപോയ സി.ഐ.ഡിയാണ്.

"ബ്രദർ, ഞാൻ പിന്നെയാണോർത്തത്. നമ്മുടെ സംവിധാനം ഉപയോഗിച്ച് താങ്കളുടെ സഹോദരനെ ട്രേസുചെയ്യാവുന്നതേയുള്ളൂ. എത്രയാണ് അയാളുടെ ഫോൺ നമ്പർ?"

ഞാൻ അയാളെത്തന്നെ നോക്കി ഓർത്തിരിക്കേ കണ്ണിൽ ഇരുട്ടു കയറി. ചുമലിൽനിന്നാരംഭിച്ച് ഹൃദയത്തിലൂടെ ഒരു മിന്നൽപ്പാളി പാഞ്ഞുപോയി.

അയാൾ എന്നെ പിടിക്കാനായുമ്പോൾ ഓടി രക്ഷപ്പെടാൻ ശ്രമിക്കുകയാണ് ഞാൻ. ഈ 'എക്സിറ്റി'നെ പൊട്ടിച്ചെറിയും. എനിക്കെന്റെ മോനെ കാണണം... Fuck ur society... fuck ur country... fuck... fuck...'

ഓടിയോടി മഞ്ഞുമൂടിയ താഴ്വാരങ്ങളിലക്ക് ഞാൻ എടുത്തു ചാടി.

ഇടയ്ക്കാരോ പിടിച്ചുവച്ചു. നോക്കുമ്പോൾ, വിമീഷ്: "ഇക്കാ, ശ്രദ്ധിച്ചു കേൾക്കണം. മനസ്സ് പാകപ്പെടുത്തി വെക്കണം. എനിക്കൊരു മോശം വാർത്ത പറയാനുണ്ട്..."

പെട്ടെന്ന് എന്റെ രണ്ടു കൈകളും വാളുകളായി രൂപാന്തരപ്പെട്ടു. വിമീഷിന്റെ വ്യാജരൂപം. മിറർ ഇമേജ്. ഒരൊറ്റ വെട്ടിന് ഗ്ലാസ് നുറുങ്ങുകളായി വിമീഷ് തെറിച്ചു വീഴുമ്പോൾ ആരോ ഉണർത്താൻ ശ്രമിച്ചു.

"ഇക്കാ..." ജമാൽ വിളിക്കുന്നു, കൂടെ വിമീഷുമുണ്ട്.

"എത്രയോ തവണ പറഞ്ഞതാണ് എന്തിനാണിത്ര പരിഭ്രാന്തി? ഫോണില്ലാത്ത കാലത്തും നമ്മൾ വിളിപ്പുറത്തുണ്ടായിരുന്നില്ലേ? എല്ലാം പറഞ്ഞിരുന്നില്ലേ? പറയാതെ അറിഞ്ഞിരുന്നില്ലേ?"

എവിടെയാണ് ഞാൻ! സ്നേഹത്തിന്റെ അത്യപാരമായ വിസ്മയഭൂമിയിൽ! എന്റെ നെഞ്ചിനോടു ചേർന്നു കിടക്കൂ. ഉപ്പയും ഉമ്മയും കൈവിട്ട നിന്നെ എത്രയോ രാത്രികളിൽ ഉറക്കിയപോലെ ഞാൻ നിന്റെ മുടികളിൽ തലോടട്ടെയോ? ഇടിവെട്ടിയുണർന്ന രാത്രി മഴക്കാലത്ത് എന്റെ നെഞ്ചിൽ ചേർന്നുകിടക്കൂ. ആ ഓലപ്പുര എത്ര കൊടുങ്കാറ്റടിച്ചിട്ടും വീണില്ല. ഉണങ്ങിയില്ല...

"വന്നു കിടക്കൂ... നേരമെത്രയായീന്നാ നിങ്ങടെ വിചാരം?" ഭാര്യ ശാസിക്കുന്നു.

"എന്താണിത്ര പാതിരാ കഴിഞ്ഞിട്ടും അനിയനും ഇക്കാക്കും പറഞ്ഞിരിക്കാൻ? ജമാലിന്റെ വൈഫും കുട്ടികളും കാത്തിരിക്കുന്നുണ്ട്. പുലർച്ചെ നാലിനിറങ്ങണം. അവർക്ക് ദുബൈക്കു പോകാൻ."

കേട്ടതായി നടിച്ചില്ല ഞങ്ങൾ. ഒടുവിൽ ദേഷ്യത്തിന് ആംഗലേയരൂപം. കുട്ടികൾ അകത്തിരുന്നു ഷൗട്ട് ചെയ്യുന്നു: "ദെ ആർ ഇറിറ്റേറ്റഡ്. ഞങ്ങൾക്കും ബ്രദേഴ്സുണ്ട്. ഇതൊരുമാതിരി സില്ലിയാണ്."

"ഫൗസിയാ, നിനക്കറിയില്ല. ഇസ്മാലിക്കാന്റെ കടയിൽ രാത്രി പത്തു മണിവരെ നനഞ്ഞുമുഷിഞ്ഞ ലുങ്കിയുമുടുത്ത് ജോലി ചെയ്യുന്ന പത്തൊമ്പതുകാരൻ. ജമാലിനന്ന് ഏഴുവയസ്സ്. വഹാബിന് അഞ്ചും. ഹോട്ടലിലെ എണ്ണക്കടിയിടുന്ന അലമാരിയിൽനിന്ന് പൊട്ടിപ്പോയ പലഹാരപ്പൊരികൾ വാരിയെടുത്ത് പഴയ പേപ്പറിൽ പൊതിഞ്ഞുകൊണ്ടുവരുന്നതും കാത്ത് അനുജന്മാർ രണ്ടുപേർ കാത്തിരുന്നു. ഇരുട്ടിൽ ദീർഘവയലുകൾക്കപ്പുറത്ത് ചീവീടുകൾക്കും തവളക്കരച്ചിലിനുമിടയിൽ ഒരു ചൂട്ടും കത്തിച്ചു വരുന്ന ഇക്കയെ കാത്ത് കുഞ്ഞു കുഞ്ഞു പ്രാർത്ഥനകളോടെ. ഇന്ന് ഉള്ളിവടയുടെ പൊട്ടുകൾ കൂടുതലുണ്ടാവണേ, ഫഖീർകുന്ന് ഔലിയാ മുർസലീങ്ങളേ...

വിമീഷ് ചിരിക്കുന്നു.

ജമാൽ ചേർന്നുകിടന്നു. എന്റെ അവസ്ഥ കണ്ട് ചിരിക്കുകയാണോ കരയുകയാണോ അവൻ?

അവൻ ചെവിയിൽ പതുക്കപ്പറഞ്ഞു; ഒരിക്കലും വളരാത്ത കുട്ടിയാണിക്ക. അതുതന്നെയാണ് എനിക്കിഷ്ടവും. വളരല്ലേ ഇക്കാ...

ഞാൻ അവനെ തലോടിക്കൊണ്ടിരുന്നു: നമ്മൾ ഭയത്തിന്റെ മറുകരയിലെത്തിയല്ലോ. ഇനി വളരില്ല കുഞ്ഞേ. ∎

ലൈംഗിക കുറ്റാന്വേഷണകഥയിലെ രണ്ടു നായകന്മാർ

ബാലു എന്ന ചന്ദ്രസേനബാലന് ചെറുപ്പത്തിലേ ഡിറ്റക്ടീവ് നോവലുകളോടാണ് പ്രിയം. കോട്ടയം പുഷ്പനാഥ്, നീലകണ്ഠൻ പരമാര, തോമസ് ടി. അമ്പാട്ട് തുടങ്ങിയവരുടെ നോവലുകൾ ഇന്നത്തെ ഇംഗ്ലീഷ് കുട്ടികൾ ഹാരി പോർട്ടർ വായിക്കുന്നതിനെക്കാൾ വേഗത്തിൽ ആഹരിച്ചുതീർത്തിട്ടുണ്ട്. ബാലു, സി.ഐ.ഡി വിക്രമൻ എന്ന കാർട്ടൂൺ പുസ്തകം വരുന്ന അളവിൽ ദേശീയ വായനശാലയിലേക്ക് എട്ടു കിലോമീറ്റർ നടന്നുപോയിട്ടുണ്ട്. മലയാളത്തിന്റെ ഈ ഒറ്റയടിപ്പാത അയാളെ എത്തിച്ചത് മലയാളസാഹിത്യം എം.എയിലും ജേർണലിസം ഡിപ്ലോമയിലുമാണ്. ഒടുവിൽ അയാൾ എല്ലാ തൊഴിലന്വേഷണത്തെയും റദ്ദാക്കിക്കൊണ്ട് നഗരത്തിലെ അറിയപ്പെടുന്ന ഒരു സായാഹ്നപത്രത്തിൽ സബ് എഡിറ്റർ കം റിപ്പോർട്ടറായി ജോലിക്കു കയറി. മാസശമ്പളം കൃത്യമായി കിട്ടില്ലെങ്കിലും കുറവാണ്. സുഹൃത്തുക്കളോട് സ്ഥാപനത്തെപ്പറ്റി പറയുന്ന ഈ തമാശയിൽ പക്ഷേ താൻ കുടുങ്ങിക്കിടക്കുന്ന മുള്ളിൻകാടിന്റെ കുരുക്കഴിയുന്നുണ്ട്. ഒരു ദിവസം ക്ഷുഭിതനായി പത്രാധിപർ പണിക്കോട്ടി വേലായുധൻപിള്ളയോട് ചിലതു പറയുകയും ചെയ്തു.

പണിക്കോട്ടി പറഞ്ഞു:

ശമ്പളവർദ്ധനവിനെപ്പറ്റി ഇപ്പോൾ മാനേജ്മെന്റിനോടു പറയാൻ പറ്റില്ല. പത്രം നഷ്ടത്തിലാണ് ഓടുന്നത്.

പണിക്കോട്ടിയുടെ അച്ഛൻ നാരായണപിള്ള പണിക്കോട്ടി സ്വാതന്ത്ര്യസമരസേനാനിയായിരുന്നു. അച്ഛൻ ഗാന്ധിയെ തൊട്ട ഫോട്ടോയും ഖദറും എന്നും അദ്ദേഹം കൂടെകൊണ്ടു നടക്കും. പണിക്കോട്ടി തുടരുന്നു.

പത്രം ചില നയവ്യതിയാനങ്ങൾ സ്വീകരിച്ചിട്ടുണ്ട്. സർക്കുലേഷൻ, പരസ്യം ഇവകൊണ്ടൊന്നും പിടിച്ചുനിൽക്കാൻ കഴിയില്ല എന്നു മാനേജ്മെന്റിനു ബോധ്യപ്പെട്ടിട്ടുണ്ട്.

പകരം എന്തുചെയ്യാൻ പോകുന്നു? ബാലു മടുപ്പോടെ ചോദിച്ചു. കാലാനുസൃതമായി പരിഷ്കരിക്കാത്ത പത്രപ്രവർത്തനരീതിയോട് ബാലുവിന് ഒട്ടും താത്പര്യമില്ല.

നിങ്ങൾ കുറെക്കൂടി ആധുനികവത്കരിക്കണം. പുതിയ മിഷണറികൾ വാങ്ങിയിടണം. മൊത്തം കമ്പ്യൂട്ടർവത്കരിക്കണം.

പണിക്കോട്ടി ചിരിച്ചു.

നമ്മുടെ പ്രതിയോഗിയായ 'സായാഹ്നയാത്ര' ഈവനിങ് ഡെയിലി നല്ല ലാഭത്തിലാണോടുന്നത്. പരിഷ്കരിച്ചിട്ടാണോ?

ബാലുവിനു കാര്യം പിടികിട്ടി.

അയാൾക്ക് ഈ കോർപ്പറേഷനിൽ ആറുനിലക്കെട്ടിടമുണ്ട്. മൂന്നു ബസ്സുണ്ട്. പ്രസ്സിൽ ചായക്കാരൻ പയ്യനായി വന്ന ആളായിരുന്നു.

നയവ്യതിയാനം എന്നു പണിക്കോട്ടി പറഞ്ഞതിന്റെ അർത്ഥം ബാലുവിനു പിടികിട്ടി.

നല്ല ഉശിരുള്ള ചെറുപ്പക്കാരനായ നീയിങ്ങനെ ന്യൂസ് എഡിറ്ററെന്നൊക്കെ പറഞ്ഞ് ഡെസ്കിൽ കുത്തിയിരിക്കാതെ ഇടയ്ക്ക് പുറത്തേക്കൊക്കെ ഒന്നു പോ. നാലു കാശുണ്ടാക്കാം.

ബാലു പൊട്ടിത്തെറിച്ചു. പരസ്യം പിടിക്കാനൊന്നും എന്നെക്കൊണ്ടു പറ്റില്ല.

പണിക്കോട്ടി ദിവ്യമായി ചിരിച്ചു. ഒച്ച താഴ്ത്തി പറഞ്ഞു: എടോ, പരസ്യമല്ല, താൻ രഹസ്യമാണ് പിടിക്കേണ്ടത്.

മനസ്സിലായില്ല.

നമ്മുടെ നയവ്യതിയാനം! 'സായാഹ്നയാത്ര'യുടെ ആ മാധവനെപ്പോലെ ഒറ്റയ്ക്കു വിഴുങ്ങുന്ന ഏർപ്പാടല്ല. കമ്മീഷനുണ്ട് മുപ്പതു ശതമാനംവരെ.

തളർന്നിരിക്കുന്ന ബാലുവിനെ നോക്കി ഒന്നു നീട്ടിച്ചിരിച്ചു പണിക്കോട്ടി.

ഇക്കാലത്ത് ദേശീയവികാരം, സാമൂഹികപ്രതിബദ്ധത, ഫോർത്ത് എസ്റ്റേറ്റ് എന്നൊക്കെ പറഞ്ഞോണ്ടിരുന്നാൽ ദാ, ഈ പത്രത്തിന്റെ ഗതിയാവും. എനിക്കും മടുത്തു. കെട്ടിക്കാറായ രണ്ടു പെൺകുട്ടികളാ – പണിക്കോട്ടി സെന്റിമെന്റലായി.

മതം, സെക്സ് – ഇതിനെ കേന്ദ്രീകരിച്ചല്ലാതെ നമ്മുടെ നാട്ടിൽ ഒരു കൾച്ചറൽ ബിസിനസ്സും ഇനി വേരു പിടിക്കില്ല. നമുക്കാണെങ്കിൽ അങ്ങനെ നാണംകെട്ട് വല്ലാതെ ഇറങ്ങി കളിക്കാനും പറ്റ്വോ?

ബാലുവിന്റെ അക്ഷമ കണ്ട് പണിക്കോട്ടി വിഷയത്തിലേക്കു കടന്നു..

സായാഹ്നയാത്രക്കാരനു മാത്രമല്ല നമുക്കും വേണം അല്പം ബ്ലാക്ക്മെയിലിങ്.

തികച്ചും നാടകീയമായി പണിക്കോട്ടി തന്റെ വലിപ്പിൽനിന്നും സാമാന്യം വലിപ്പമുള്ള ഒരു കവർ കൈയിലെടുത്തു.

ആദ്യത്തെ അസൈൻമെന്റ് ഇതായിക്കോട്ടെ.

കവർ തുറന്നു പുറത്തേക്കിട്ട പണിക്കോട്ടിയുടെ മുഖത്ത് അശ്ലീലം പൂഴ്ത്തിയ താമരപ്പൂവ് വിരിഞ്ഞു.

പിന്നെ എന്തോ ഓർത്ത് പെട്ടെന്ന് ക്യാബിൻ ലോക്ക് ചെയ്ത് തിരിച്ചു വന്ന് ആ രഹസ്യം അറിയിച്ചു:

ഈ ഫോട്ടോയിലെ ആളെ മനസ്സിലായില്ലേ?

പ്രൊഫ. സുഗതനല്ലേ?

യേസ്. വ്യക്തിപരമായി പരിചയമുണ്ടോ?

ഇല്ല. പക്ഷേ പ്രസിദ്ധനായ ഈ സയന്റിസ്റ്റിനെ നമ്മളെന്തിനാണ് ബ്ലാക്ക്മെയിലിങ് ചെയ്യുന്നത്.

മറ്റു ഫോട്ടോകൾ ഉയർത്തിക്കൊണ്ട് ഒരു ഉയർന്ന പൊലീസ് ഓഫീസർ തന്റെ കീഴുദ്യോഗസ്ഥനായ സഹപ്രവർത്തകനോടെന്നപോലെ പണിക്കോട്ടി വിശദീകരിച്ചു.

ഇത് മിസ് അനിതകുമാരി. സുഗതന്റെ ബയോടെക് ഇൻസ്റ്റിറ്റ്യൂട്ടിലെ സ്റ്റെനോ ആണെന്നാണ് വെപ്പ്. എന്നാൽ പല ഹോട്ടലുകളിലും അവർ മുറിയെടുത്ത് കാമലീലകളാടിയിട്ടുണ്ട്. നോക്കൂ, ഒരുമിച്ചു കുളിക്കുന്ന ഫോട്ടോ. റൂമെടുത്തതിന്റെ ബില്ലുകൾ, പോയ സ്ഥലങ്ങളുടെ രേഖകൾ.

എന്താണെന്നറിയില്ല, ബാലു ത്രില്ലിലായി. ഒരു അപസർപ്പകകഥ ഇതിനകത്ത് ഒളിഞ്ഞിരിപ്പുള്ളതുകൊണ്ടാവണം.

ഇത് ഡെയ്സി തോമസ്. ബാംഗ്ലൂരിൽ ഏറ്റവും കൂടുതൽ പ്രതിഫലം പറ്റുന്ന മോഡൽ. തിരുവനന്തപുരം താജിൽ അവർ രണ്ടു ദിവസം തങ്ങിയതിന്റെ രേഖകൾ. കുളിക്കുന്ന ഫോട്ടോ, പക്ഷേ മങ്ങിപ്പോയി.

ഇത് സീരിയൽനടിമാരായ രേഖാ വാസുദേവൻ, അഞ്ജനാനായർ എന്നിവരോടൊത്ത് മദ്രാസ് റസിഡൻസി ഹോട്ടലിൽ ഇരട്ടക്കേളിക്കു വേണ്ടി മുറിയെടുത്തപ്പോൾ.

പ്രൊഫ. സുഗതൻ മൾട്ടിനാഷണൽ കമ്പനികളുടെ ഇന്ത്യൻ കൺസൾട്ടന്റും വിവിധതരം ബിനാമി ഏജന്റുമാണെന്നു കേട്ടിട്ടുണ്ട്. മന്ത്രിമാർ, ഉദ്യോഗസ്ഥപ്രഭുക്കന്മാർ ഇവരുമായി ബന്ധപ്പെട്ട അഴിമതിയൊന്നുമില്ലേ?

ഉണ്ട്. പ്ലാച്ചിമട, എൻറോൺ, കരിമണൽ ഖനനം... ഇതുപോലെ കുറെയെണ്ണം. പക്ഷേ ആർക്കുവേണം? ആളുകൾക്ക് ഇതൊക്കെ മടുത്തു കഴിഞ്ഞു. ങ്ഹാ, വേണമെങ്കിൽ...

കൂട്ടത്തിൽനിന്ന് ധൃതിയിൽ ഒരു പേപ്പർ തപ്പിയെടുത്ത് പണിക്കോട്ടി പറഞ്ഞു:

വേണമെങ്കിൽ ഇതാവാം. വയാഗ്രയുടെ ഒരു ഇന്ത്യൻ പതിപ്പിറക്കാൻ

സുഗതൻ കേന്ദ്രത്തിൽ കളിച്ച കളിയുടെ രേഖകൾ. ഇതാവുമ്പോൾ ഇത്തിരി സെക്സികവും ഉണ്ടല്ലോ.

പണിക്കോട്ടി ചിരിച്ചു.

ഈ മരുന്നിന് ഹാർട്ട് മെഡിസിൻ കമ്പനിക്കാരുടെ സാമ്പത്തിക സഹായവുമുണ്ട്. ഗുളിക കഴിച്ചാൽ താമസിയാതെ ഹൃദ്രോഗിയാവും.

ഒന്നോർത്താൽ നെയ്യപ്പം തിന്നപോലെയാ. നമ്മളാവശ്യപ്പെട്ട പണം സുഗതൻ തന്നാൽ നമുക്കതുകൊണ്ടൊരു കാര്യമായി. നിഷേധിച്ചാൽ വായനക്കാർക്കു നല്ലൊരു സെക്സ് കഴിഞ്ഞ സുഖവുമായി. പാവം മലയാളി. ഇവനു വേറൊരു സുഖവും വിധിച്ചിട്ടില്ലല്ലോ.

നമ്മൾ എത്ര പണം ചോദിക്കും, സാർ?

ഒട്ടും തയ്യാറെടുപ്പില്ലാത്ത ഉത്തരമായി അത് പണിക്കോട്ടിക്കനുഭവപ്പെട്ടു. അയാൾ പതറി.

അത്... ഒരു രണ്ടു ലക്ഷമാവാം അല്ലേ?

രണ്ടുലക്ഷം. ബാലു മിന്നൽവേഗത്തിൽ കണക്കുകൂട്ടി. രണ്ടു ലക്ഷത്തിന്റെ മുപ്പതു ശതമാനമെന്നു പറയുമ്പോൾ 60,000 രൂപ. അതുകൊണ്ട് പ്രത്യേകിച്ച് കടങ്ങളൊന്നും വീടില്ല. ഒരു ബൈക്ക് വാങ്ങണം.

നമുക്ക് മൂന്നു ലക്ഷമായാലോ?

പണിക്കോട്ടി ആശയക്കുഴപ്പത്തിലായി.

അതല്പം കൂടിയില്ലേ?

ഇവന്മാരുടെ കൈയിൽ പൂത്ത പണമുണ്ട്. കോടിക്കണക്കിനു സ്വിസ് ബാങ്കിലും കാണും. ഒരവസരമല്ലേയുള്ളൂ നമുക്ക്? അഞ്ചു ലക്ഷം ചോദിക്കണം സർ.

അയ്യോ അതുവേണ്ട. അയാളെ സമ്മർദ്ദപ്പെടുത്തണം; ക്ഷോഭം കൊള്ളിക്കരുത്. അതു നമുക്കു ഗുണം ചെയ്യില്ല.

കുറച്ചുനേരം പണിക്കോട്ടി ആലോചനാമഗ്നനായി. ശരി, അഞ്ചു ലക്ഷം ചോദിക്കാം. ചോദിക്കുന്നതിൽ തെറ്റൊന്നുമില്ലല്ലോ. അത്ര കടുത്ത തെളിവല്ലേ കൈയിൽ വന്നുപെട്ടിരിക്കുന്നത്? മാത്രമല്ല ഇയാൾക്കു ബാംഗ്ലൂരിൽ ഒരു രഹസ്യഭാര്യയുണ്ടെന്നും കേൾക്കുന്നുണ്ട്. അടുത്ത ആഴ്ച അതിന്റെ തെളിവുകൾ ഇങ്ങെത്തും. അതുംകൂടി വേണമെങ്കിൽ വാക്കാൽ കാച്ചിയേക്ക്. എല്ലാംകൂടിയാവുമ്പോൾ അയാൾക്കും അതൊരു നഷ്ടക്കച്ചവടമാവില്ലല്ലോ.

ബാലു ത്രില്ലടിച്ചു.

രേഖകൾ അത്ര ശക്തമാണ്. സുഗതന്റെ കുടുംബം, സാമൂഹ്യാംഗീകാരങ്ങൾ, പിടിപാടുകൾ എല്ലാം താറുമാറാകാൻ ഈ തെളിവുകൾ ധാരാളം. അത്തരമൊരു റിസ്ക്കിന് അയാൾക്ക് ഒരിക്കലും നിൽക്കാനാവില്ല.

എല്ലാത്തിന്റെയും സിറോക്സ് കോപ്പികളെടുത്ത് ഭംഗിയായി ഒരു ഫയലിലടുക്കിവെക്കുമ്പോൾ പണിക്കോട്ടി പറഞ്ഞു:

നിന്റെ മൊബൈൽ ഫോൺ എടുക്കാൻ മറക്കേണ്ട. എതിരായി എന്തെങ്കിലും നീക്കമുണ്ടായാൽ അപ്പപ്പോൾ എന്നെ അറിയിച്ചേക്കണം.

തൊണ്ടയിടറിക്കൊണ്ടാണ് പണിക്കോട്ടിക്ക് ഇതു പറയാൻ കഴിഞ്ഞത്.

വരാൻപോകുന്ന വിപത്ത് നേരത്തെ കിട്ടി മുങ്ങാനാണോ?

ഈ ഇടപാടിൽ അതിരുകവിഞ്ഞ റിസ്കുണ്ട്.

പണിക്കോട്ടി ചുമലിൽത്തട്ടി ആശ്വസിപ്പിച്ചു: നീ ധൈര്യമായി പോകൂ - എടോ ഇതൊക്കെ ആ 'സായാഹ്നയാത്ര'ക്കാരൻ സ്ഥിരം ചെയ്യുന്ന ഏർപ്പാടാണ്. തെളിവുകൾ നമ്മുടെ കൈയിൽ ഭദ്രമായി ഉള്ളകാലത്തോളം നമ്മള് പേടിക്കേണ്ട കാര്യമില്ല. നാളെ കാലത്ത് കൃത്യം പത്തുമണിക്ക്. അപ്പോയിന്റ്മെന്റ് ഞാൻ വാങ്ങിക്കഴിഞ്ഞു.

പണിക്കോട്ടി ഒരു ഉയർന്ന സി.ബി.ഐ. ഓഫീസറെപ്പോലെ പറഞ്ഞു.

അഞ്ചുലക്ഷത്തിന്റെ മുപ്പതുശതമാനമെന്നു പറയുമ്പോൾ എത്ര വരും? പത്താംക്ലാസിൽ 50ൽ 50 മാർക്കും കണക്കിനു വാങ്ങിയ ബാലുവിന് എത്ര കൂട്ടിയിട്ടും കിട്ടിയില്ല. രാത്രിയിൽ ഉറക്കം കിട്ടാതെ വരാൻപോകുന്ന പണംകൊണ്ട് ചെയ്യാനുള്ള പദ്ധതികൾക്കൊക്കെ ഒരു ഏകദേശപ്ലാൻ തയ്യാറാക്കി.

നഗരത്തിലെ ഏറ്റവും വലിയ കോടീശ്വരന്മാർ താമസിക്കുന്ന ആ കോളനിക്കു കൊടുത്ത പേരുകണ്ട് ബാലുവിന്റെ ചുണ്ടിൽ ചെറുചിരി വിരിഞ്ഞു - ഗാന്ധിഗ്രാമം. വിവിധ ഡിസൈനുകളിലെ കൂറ്റൻ വീടുകൾ ലോകത്തിന്റെ വിവിധ രാജ്യങ്ങളിലെ വാസ്തുകലകളുടെ മത്സരമായിരുന്നു. പക്ഷേ പ്രൊഫ. സുഗതന്റെ വീട് അതിൽനിന്നൊക്കെ വ്യത്യസ്തമായി നാലുകെട്ടിന്റെ ആധുനികവിസ്തൃതി ഉപയോഗിച്ചുണ്ടാക്കിയതായിരുന്നു. ഗേറ്റിലെ പേരുകണ്ടപ്പോൾ ബാലുവിന് കടുത്ത കുറ്റബോധം വന്നുമൂടി - 'ശാന്തിഗൃഹം'. ഈശ്വരാ, ഈ വീടിന്റെ ശാന്തിയാണല്ലോ ഞാൻ കെടുത്താൻ പോകുന്നത്. കത്തിച്ചുവെച്ച നിലവിളക്കുപോലെയുള്ള ശ്രീലക്ഷ്മിയായ ഭാര്യ, സ്നേഹനിധിയായ അരയന്നങ്ങൾപോലെയുള്ള രണ്ടു പെൺമക്കൾ. നിഷ്കളങ്കതകൊണ്ട് വെളുത്തു തടിച്ചുപോയ ആൺകുട്ടികൾ - അവരെയൊക്കെ താനൊരു വനിതാമാസികയിൽ കണ്ടിട്ടുണ്ട്. ഒരിന്റർവ്യൂവിൽ മൾട്ടികളർ ചെത്ത് ഫോട്ടോ. നല്ല ഐശ്വര്യമുള്ള കുടുംബം. പ്രൊഫസർ ഒരു ദുർബലനിമിഷത്തിൽ ചെയ്തുപോയ തെറ്റിന് ഇങ്ങനെ ശിക്ഷിക്കാമോ?

ഗേറ്റ് തുറന്ന് വലതുകാൽ വെക്കാനായുമ്പോഴേക്കും മൊബൈൽ ഫോൺ. പണിക്കോട്ടി വിളിക്കുകയാണ്.

പരിഭ്രാന്തമായ, ആക്രാന്തത്തോടെയുള്ള ശബ്ദം: ബാലൂ, നമ്മൾ ചോദിക്കാൻ ഉദ്ദേശിച്ചത് അഞ്ചോ അതോ ആറോ?

അഞ്ചു ലക്ഷമെന്നല്ലേ ഉറപ്പിച്ചത്?

അതെ. പക്ഷേ അങ്ങനെയാണെങ്കിൽ.. വേണ്ട ആറു ലക്ഷം തന്നെ യായിക്കോട്ടെ. ഇന്നത്തെ കൊറിയറിൽ അതിനെക്കാൾ മാരകമായ ഒരു തെളിവുകൂടി കിട്ടീട്ടുണ്ട്. ഭാഗ്യം നമ്മുടെ പക്ഷത്താ. പോയി വരൂ.

ഫോൺ ഡിസ്കണക്ട് ചെയ്യുംമുമ്പ് പണിക്കോട്ടി തൊണ്ടയിടറാതിരിക്കാൻ ആവുംവിധം ശ്രമിച്ചുകൊണ്ട് പറഞ്ഞു: ഞാൻ പറഞ്ഞത് മറക്കണ്ടാ. നമുക്കു വിപരീതമായി എന്തു സംഭവമുണ്ടായാലും അപ്പപ്പോൾ എന്നെ അറിയിക്കണം.

കോളിങ് ബെല്ല് എവിടെ എന്നു പരതുമ്പോഴേക്കും ഒരാൾ വന്നു വാതിൽ തുറന്നു.

ആരാ?

സുഗതൻ സാറിനെ-

പത്രത്തിൽനിന്നുള്ള ആളാണോ?

ബാലുവിന് അഭിമാനം തോന്നി.

അതെ.

സാറ് പൂജാമുറീലാ. പത്തുമിനിറ്റ് വെയ്റ്റ് ചെയ്യാൻ പറഞ്ഞു.

ജോലിക്കാരൻ സ്വീകരണമുറിയിലേക്ക് ബാലുവിനെ ആനയിച്ചു.

സ്വീകരണമുറിയിലെ ഇളംതണുപ്പും മൃദുവായ സോഫയും കാർപ്പെറ്റും ലോകപ്രശസ്തമായ പെയ്ന്റിങ്ങുകളുടെ റീകോപ്പി കളക്ഷനും ബാലുവിനെ അമ്പരപ്പിച്ചു. വനിതാമാസികയിൽ കണ്ട അതിസുന്ദരികളായ ആ രണ്ടു പെൺമക്കൾ ഇതുവഴിയെങ്ങാനും വരുമോ? ഹോ, എന്തൊരു സൗന്ദര്യം?

തണുത്ത നാരങ്ങാവെള്ളവും മുഖത്തു പുഞ്ചിരിയുമായി ജോലിക്കാരൻ വന്നു.

നാരങ്ങാവെള്ളം കുടിക്കുമ്പോൾ തൊണ്ടയിൽ വീണ്ടും കുറ്റബോധം.

ഏതാനും മിനിറ്റുകൾക്കകം പ്രൊഫസർ സുഗതനെ കാണുമ്പോൾ വിഷയം അവതരിപ്പിക്കുമ്പോൾ ഏതു വിധത്തിലാവും അയാൾ പ്രതികരിക്കുക. ഹാർട്ടിനു വല്ല അസുഖവും ഉള്ള ആളാണെങ്കിൽ...

ഒരുറപ്പിനു വേലക്കാരനുമായി ബാലു സൗഹാർദ്ദത്തിലായി. ബാലു ഒരു കുറ്റാന്വേഷണ നോവലിന്റെ ആരാധകനുമാണല്ലോ.

സൂത്രത്തിൽ നടത്തിയ സംഭാഷണത്തിൽ പ്രധാനപ്പെട്ട രണ്ടു വിവരങ്ങൾ ബാലു കരസ്ഥമാക്കി.

1. ഈശ്വരാധീനംകൊണ്ട് സുഗതൻ സാറിന് ഒരസുഖവുമില്ല.

2. മക്കളൊക്കെ പണ്ടേ അമേരിക്കയിൽ സെറ്റിൽ ചെയ്ത് അവിടെ കല്യാണം കഴിച്ച് അവിടത്തെ പൗരത്വം സ്വീകരിച്ച് കഴിയുകയാ.

അപ്പോ മാസികയിൽ സെറ്റും മുണ്ടും മുല്ലപ്പൂവുമൊക്കെയിട്ട്-

ഓ, അത് കേരളത്തിൽ വിസിറ്റ് ചെയ്തപ്പോഴെടുത്ത ഫോട്ടോവല്ലേ, ആ ഡ്രസ്സ് ഇടാൻ എത്ര നേരമാ കുട്ടികളെടുത്തത്? മുല്ലപ്പൂവിൽനിന്ന് എന്തോ കടിച്ച് ഇളയകുട്ടിക്ക് ചൊറിച്ചിലും അലർജിയുമായി. അവൾക്ക് ഈ കേരളം ഒട്ടും ഇഷ്ടമല്ല. കൊതുകുകളുടെ സ്വന്തം നാട് എന്നാണ് അവള് പറയ്വാ.

അപ്പോഴേക്കും അകത്തുനിന്ന് ഒരാളെത്തി.

നോക്കുമ്പോൾ സുഗതൻ സാർ. ഫോട്ടോയിൽ കണ്ടതിനേക്കാൾ തേജസ്സുള്ള മുഖം. കണ്ണുകൾക്ക് എന്തൊരു വശ്യത. മുഖം എന്തൊരു സാത്വികം. സ്വർണനിറം.

സുഗതൻ സാർ തൊഴുതു.

പത്രത്തിൽനിന്നല്ലേ.

എല്ലാ പിരിമുറുക്കങ്ങളും അടക്കിവെച്ച് ബാലു എഴുന്നേറ്റു.

വരൂ. പ്രൊഫ. സുഗതൻ ഹാർദ്ദമായി അകത്തേക്കു ക്ഷണിച്ചു.

നമുക്ക് എന്റെ പേഴ്സണൽറൂമിൽനിന്നു സംസാരിക്കാം. അവിടെ യാവുമ്പോൾ കുറെക്കൂടി കംഫർട്ടബിളാണ്. വരൂ.

ബാലുവിന് ഉള്ളിൽ ഖേദം തിരയടിച്ചു.

ഈശ്വരാ, പട്ടുപോലെയുള്ള ഈ മനുഷ്യനെയാണല്ലോ ഞാൻ പുഴു ങ്ങാൻ കൊണ്ടുപോകുന്നത്. ഇതിന്റെ പാപം ഞാൻ ഏതു പുണ്യ സ്ഥലത്ത് ഇറക്കിവെക്കും?

പേഴ്സണൽ റൂം ഒരു മഹാപ്രപഞ്ചമായി ബാലുവിനുതോന്നി. പല വിധ കമ്പ്യൂട്ടറുകളാലും സാങ്കേതിക ഉപകരണങ്ങളാലും തിങ്ങിനിറഞ്ഞ ഒരദ്ഭുതപ്രപഞ്ചം. തന്റെ മലയാളം എം.എ. ഇതിനകത്ത് ഏതു നിമിഷവും ശ്വാസംമുട്ടി ചത്തുപോകാം.

റൂം അടച്ചതിനുശഷം അദ്ദേഹം ഹൃദയം തുറന്നു.

സമയം ഒട്ടുമുണ്ടായിട്ടല്ല, പക്ഷേ പത്രത്തിൽനിന്നാണെന്നു പറഞ്ഞ പ്പോൾ സമ്മതിച്ചതാണ്. ഇന്റർവ്യൂവിനു സമയം തരണം എന്നു നിങ്ങളുടെ ചീഫ് എഡിറ്റർ മി. പണിക്കോട്ടി വിളിച്ചു പറഞ്ഞപ്പോൾ മറുത്തൊന്നും പറയാൻ കഴിഞ്ഞില്ല. ഒരല്പം പബ്ലിസിറ്റി ക്രെയ്സ് ഉണ്ടെന്നു കൂട്ടിക്കോളൂ. ആ വിമൻസ് മാഗസിനിൽ വന്ന ഇന്റർവ്യൂവിനുതന്നെ എന്തൊരു റെസ്പോൺസാ. നിങ്ങൾ അത്രയ്ക്കു വരില്ലെങ്കിലും ഈ ടൗൺഷിപ്പിൽ നല്ല സർക്കുലേഷനുള്ള പത്രമാണല്ലോ.

ബാലു സങ്കോചത്തിൽനിന്ന് ഇത്തിരി വിടുതി നേടി.

പക്ഷേ എവിടെ എങ്ങനെ തുടങ്ങണം എന്നറിയാതെ ആശയക്കുഴപ്പത്തിലാണ് ബാലു. 'ആറുലക്ഷം താ. അല്ലെങ്കിൽ പത്രത്തിൽ നിങ്ങടെ മറ്റേതൊക്കെ വരും, ഉടനെ പോണം' എന്നൊന്നും തുടങ്ങാൻ പറ്റില്ലല്ലോ. ഈ മനുഷ്യന്റെ ശിശുസഹജമായ ചിരിയും ഭാവവും കാണുമ്പോൾ വിഷയത്തിന്റെ അകത്തേക്കു കയറിപ്പോകാനുള്ള വാതിലും കിട്ടുന്നില്ല.

ഡോ. സുഗതൻ തന്നെ ഇന്റർവ്യൂ ചെയ്യാനെത്തിയ ആ ചെറുപ്പക്കാരനോട് സ്വയം അഭിമാനത്തിൽ രോമഹർഷിതനായി വിശദീകരിച്ചുകൊണ്ടിരിക്കുകയാണ്.

അറിയാലോ, ഞാൻ പഠിച്ചതും വളർന്നതുമൊക്കെ കൂടുതലും പുറത്താ. ബയോടെക്നോളജിയിലാണ് ഡോക്ടറേറ്റെങ്കിലും എനിക്ക് ഇൻഫർമേഷനിലും വലിയ താത്പര്യമായിരുന്നു. നമ്മുടെ നാട്ടിൽ കമ്പ്യൂട്ടറെന്നൊക്കെ കേൾക്കുമ്പോഴേക്കും ഞാൻ അതുകണ്ട ആളാണ്. നൊടിയിട വ്യത്യാസത്തിലാണ് വിന്റോസിൽ ബിൽഗേറ്റ്സ് പേറ്റന്റ് എടുത്തുകളഞ്ഞത്. ഇല്ലെങ്കിൽ നമ്മുടെ ഇന്ത്യയ്ക്കുതന്നെ ഒരഭിമാനമായേനെ. പിന്നെ കോടികളുടെ വരവല്ലേ. ഇപ്പോൾ സാറ്റലൈറ്റ് കമ്മ്യൂണിക്കേഷനുമായി ബന്ധപ്പെട്ട സുപ്രധാനമായ ഒരു തീസിസ്സിന്റെ പണിയിലാ. മക്കളൊക്കെ പുറത്താ. ഞാൻ മിക്കവാറും ടൂറിലും. വെസ്റ്റ് ജർമനിയിൽനിന്ന് കഴിഞ്ഞ ആഴ്ച എത്തിയതേയുള്ളൂ. എന്തൊക്കെ പറഞ്ഞാലും എനിക്കീ മണ്ണിലെത്തുമ്പോൾ മുടിഞ്ഞ സുഖമാ. സ്കോച്ച് വീശി വീശി മടുക്കുമ്പോൾ നല്ല നാടൻ കിട്ടുമ്പോഴുള്ള ഒരു സുഖമുണ്ട്.

നാടൻ പെണ്ണും, അല്ലേ? - ബാലു വിചാരിക്കുന്നു. ഇങ്ങനെയങ്ങ് ഇടപെട്ടു തുടങ്ങിയാലോ? പക്ഷേ ബാലു മിഴിഞ്ഞു നില്പാണ്.

എനിക്ക് പേര് അങ്ങു പുറത്താണെങ്കിലും നാട്ടിൽ ആർക്കുമറിയില്ല. ഇക്കാര്യം പറഞ്ഞ് കഴിഞ്ഞ ഒരു ഒത്തുകൂടലിൽ ഇൻഫോസിസിന്റെ നാരായണമൂർത്തി കണക്കിനു കളിയാക്കി. നല്ല ഫലിതപ്രിയനാ. ഇന്നലെ നിങ്ങടെ മി. പണിക്കോട്ടി വിളിച്ചപ്പോൾ ഞാനാകെ ത്രില്ലിലായി. നാട്ടിലും പരിസരത്തും നമ്മളൊന്നറിയട്ടെ. ശരിയല്ലേ?

ഇത്രയും വലിയ, മഹാനായ ഒരു മനുഷ്യന്റെ ദിവ്യതേജസ്സിനെ ഈശ്വരാ, ഞാനെങ്ങനെയാണ് പ്രതിരോധിക്കുക - ബാലുവിന്റെ മനസ്സ് ഞെരുങ്ങി വേദനിച്ചു. എന്തൊരു പതനം. ഇദ്ദേഹത്തിന്റെ വിനയത്തിനു മുന്നിൽ ഈശ്വരാ, ഈ അല്പപ്രാണിയായ ഞാൻ എങ്ങനെയാണ് തുടങ്ങുക. ഞാൻ ഇങ്ങനെയായിപ്പോയല്ലോ. വ്യക്തിത്വവികസനത്തെപ്പറ്റിയുള്ള കുറച്ചു പുസ്തകം വാങ്ങി വായിക്കണം.

പ്രൊഫ. സുഗതൻ തന്റെ ആത്മകഥ സ്വയം രസിച്ചു ലയിച്ചു പറയുകയാണ്. റഫറൻസായി പറഞ്ഞ രാജ്യങ്ങൾ, പേരുകൾ പലതും ബാലു ആദ്യമായി കേൾക്കുകയാണ്.

ഇടയ്ക്ക് ഒന്നു നിർത്തി പ്രൊഫ. സുഗതൻ ക്ഷമാപണത്തോടെ ചോദിച്ചു: ക്ഷമിക്കണം താങ്കൾക്കു കുടിക്കാൻ...

ബാലു വേണ്ട എന്നു പറയാൻ ശ്രമിച്ചെങ്കിലും ആ അർത്ഥത്തിലുള്ള ആംഗ്യം മാത്രമേ പുറത്തു വന്നുള്ളൂ. ബാലുവിന്റെ തല വിങ്ങുന്നു.

എന്നു പറഞ്ഞാലെങ്ങനെ? നേരത്തെയുള്ള നാരങ്ങാവെള്ളത്തിന്റെ എഫക്ടൊക്കെ പോയിട്ടുണ്ടാവും.

റിവോൾവിങ് ചെയറിൽനിന്നു തിരിഞ്ഞ് അദ്ദേഹം നേരെ കമ്പ്യൂട്ടറിന്റെ ഭാഗത്തേക്കു പോയി ഒരു ബട്ടണിൽ വിരലമർത്തി.

നോക്കുമ്പോൾ മോനിട്ടറിൽ ജോലിക്കാരൻ.

ങ്ഹാ, ചന്ദ്രാ, കുടിക്കാനെന്തെങ്കിലും വേണം. കഴിഞ്ഞ തവണ ഞാൻ സ്പെയിനിൽനിന്നു കൊണ്ടുവന്ന പൊട്ടിക്കാത്ത ജ്യൂസ് ടിന്നില്ലേ, ഫ്രിഡ്ജിൽ നിന്ന് അതെടുത്തോളൂ. താക്കോൽ സ്റ്റാന്റിനടിയിലുണ്ട്.

മോണിറ്റർ ഓഫാക്കി ബാലുവിനു നേരെ തിരിഞ്ഞ് സൗഹാർദ്ദപൂർവ്വം ചിരിച്ചു പ്രൊഫസർ.

പേടിക്കേണ്ട പഴക്കം വരാത്ത ഒരുതരം കോക്ടെയ്ൽ സോഫ്റ്റ് ഡ്രിങ്ക്സാണ്. സ്പെയിനിലെ പ്രത്യേകതരം പഴങ്ങൾ ചേർത്തുണ്ടാക്കിയത്. ഫ്രീസറിൽവെച്ചാൽ ഒരു വർഷംവരെ കേടുകൂടാതെ കിടക്കും... ഞാനെവിടെയാ നിർത്തിയത്... ങ്ഹാ... സാറ്റലൈറ്റ് കമ്മ്യൂണിക്കേഷൻസിന്റെ ചില പരിമിതികളെ മറികടക്കാനുള്ള സോഫ്റ്റ്വെയർ. ഇനിയുള്ള വാർ മുഴുവൻ സാറ്റലൈറ്റ് ആവും നിയന്ത്രിക്കുക. ഇന്ത്യയൊക്കെ എത്ര സ്ലോ ആണെന്നറിയാമോ?

ബാലു വിചാരിച്ചു: ദൈവമേ, ഈ സോഫ്റ്റ്വെയറിനും കെമിക്കൽ എൻജിനീയറിങ്ങിനുമിടയിൽ എവിടെനിന്നാണ് വന്ന കാര്യം തുടങ്ങിവെക്കുക.

കാര്യം ഇതൊക്കെയാണെങ്കിലും നിങ്ങൾ നടത്തുന്ന സ്ത്രീപീഡനങ്ങൾ നമ്മുടെ പാരമ്പര്യത്തിന് ഒട്ടും ചേർന്നതല്ലല്ലോ എന്നങ്ങ് തുടങ്ങിയാലോ?

പക്ഷേ അതിനൊരു സുഖമില്ല.

നിങ്ങൾ ശാസ്ത്രത്തിന്റെ കാര്യം നോക്കുമ്പോൾ ഞങ്ങൾ പത്രക്കാർ സത്യത്തിനും നീതിക്കും സദാ കാവൽനിൽക്കുന്നു. എവിടെ മൂല്യച്യുതിയുണ്ടോ അവിടെ ഞങ്ങൾ ഇടപെടുന്നു എന്നു പറഞ്ഞ് തുടങ്ങിയാലോ.

ആ തുടക്കവും പോരാ.

കാര്യം ഇതൊക്കെ ശരി, നിങ്ങൾ നമ്മുടെ സദാചാരസംഹിതയിലും ലൈംഗികമൂല്യങ്ങളിലും വിശ്വസിക്കുന്നുണ്ടോ? എന്നാരംഭിച്ചാലോ?

പ്രൊഫസർ ആത്മാഭിമാനത്തോടെ ഓരോരോ വർത്തമാനങ്ങളിൽ ഇഞ്ചോടിഞ്ച് മുന്നേറുകയാണ്.

ടി.വിയിൽ സാറ്റലൈറ്റ് വിടുന്നതുകണ്ട കുട്ടിയെപ്പോലെ ബാലു സ്തംഭിച്ചിരിക്കുകയും.

കുറച്ചുനാൾമുമ്പ് ഞങ്ങൾ കുറച്ചു സുഹൃത്തുക്കളായ സയന്റിസ്റ്റുകൾ സൈപ്രസ്സിൽ ഒന്ന് ഒത്തുകൂടി. ഒരു നേരമ്പോക്ക്. വ്യക്തികളുടെ സ്വകാര്യത. ഇതാണ് ഞങ്ങളുടെ വിഷയം. കുറെ പേപ്പറുകൾ അവിടെ അവതരിപ്പിക്കപ്പെട്ടു.

വാതിലിൽ ആരോ മുട്ടുന്നു.

പ്രൊഫസർ കീബോർഡിൽ വിരലമർത്തി. മോണിറ്ററിൽ ചന്ദ്രൻ.

സാർ ഡ്രിങ്ക്സ് എടുത്തു.

പ്രൊഫസർ സ്വയം വാതിൽ തുറന്ന് ട്രേ വാങ്ങി.

ഒരു കള്ളച്ചിരിയടക്കിക്കൊണ്ട് ബാലുവിനോടായി പറഞ്ഞു. ഞാൻ ചന്ദ്രനെയൊന്നും ഇതിനകത്തു കയറ്റാറില്ല. നമ്മളില്ലാത്ത തക്കത്തിന് ഈ കംപ്യൂട്ടറിലോ മറ്റോ വലിക്ക്യോ തിരിക്ക്യോ ചെയ്തു കേടാക്കും. കുടിക്കൂ.

ബാലു ചുണ്ടിൽ വെച്ച പാനീയത്തിനു തേനിനേക്കാൾ രുചി.

സൈപ്രസ്സിൽ മുഖ്യമായും രണ്ട് അന്വേഷണങ്ങളാണ് ഞങ്ങൾ സയന്റിസ്റ്റുകൾ മുന്നോട്ടു വെച്ചത്. ഫിലോസഫിയോടു താത്പര്യമുള്ളതുകൊണ്ട് ഞാൻ എല്ലായ്പ്പോഴും അത്തരമൊരു രീതിയിലാണ് വിഷയത്തെ സമീപിക്കാറ്. വ്യക്തികളുടെ സ്വകാര്യത ഇല്ലാതാവണം എന്നാണ് പൊതുവെ ഞങ്ങൾ യോജിച്ച മേഖല.

ബാലു വിചാരിച്ചു: ഇതിൽ അല്പം സെക്സ് ഉണ്ടല്ലോ. വിഷയത്തിലേക്കു കടന്നാലോ?

അപ്പോഴേക്കും പ്രൊഫസർ മറ്റൊരു സബ്ജക്ടിലേക്കു ചാടി.

പക്ഷേ സാറ്റലൈറ്റിൽ സ്ഥിരമായി മനുഷ്യസഹായം വേണം. ശരിക്കു പറഞ്ഞാൽ മനുഷ്യരുടെ ബുദ്ധിയുള്ള കുരങ്ങുകളെയാണ് വേണ്ടത്. പക്ഷേ പടച്ച തമ്പുരാൻ കുരങ്ങുകളുടെ ബ്രെയിൻകോഡിലൊന്നും അത്തരമൊരു ഡെവലപ്മെന്റ് നടത്തിയിട്ടില്ല. പക്ഷേ കൺവെർഷനു ബയോടെക്കിൽ സാധ്യത തെളിഞ്ഞുവന്നിട്ടുണ്ട്. മനുഷ്യനെ കുരങ്ങാക്കുക. ബ്രെയിൻകോഡിൽ നമുക്ക് ആവശ്യമുള്ള കോഡിലൊന്നും സാരമായ മാറ്റം വരുത്താതെ.

പാനീയത്തിന്റെ അവസാനത്തെ ഇറക്കിൽ ബാലുവിനു തരിപ്പുകയറി ചുമയോടു ചുമയായി.

പറഞ്ഞുവന്ന കാര്യം ഒന്നു നിർത്തി പ്രൊഫസർ ക്ഷമ ചോദിച്ചു: സോറി, ഞാൻ താങ്കളെ ബോറടിപ്പിക്കുന്നുണ്ടോ?

ഇല്ലെന്ന് ഒരുവിധം തലയാട്ടി ബാലു.

ങ്ഹാ, ഞാനെവിടെയാ പറഞ്ഞുനിർത്തിയത്? കൺവെർഷന്റെ കാര്യം. ഞങ്ങടെയന്വേഷണത്തിൽ ആവശ്യത്തിനു ബുദ്ധിയുണ്ടായിട്ടും യാഥാസ്ഥിതിക സമീപനംകൊണ്ട് ഒട്ടും മുന്നോട്ടുപോകാത്ത ഒരു വിഭാഗമുണ്ട്. അപസർപ്പക ലൈംഗിക അധോലോകവും പീഡനകഥകളുമായി

നേരംപോക്കുന്ന ഒരു വിഭാഗം. കേരളത്തിലാണ്. കുരങ്ങിലേക്കുള്ള ഈ കൺവെർഷന് ഏറ്റവും ചേർന്ന ആന്ത്രോപ്പോളജിയാണ് അവരുടേത്.

ബാലുവിന് എന്തോ അപകടം മണത്തു. പണിക്കോട്ടിയെ മൊബൈലിൽ വിളിക്കണോ?

ലോകം വളരുന്നതൊന്നുമറിയാതെ ചെറിയ ചെറിയ സംഘങ്ങളായി നിന്ന് കുശുകുശുക്കുകയും രാഷ്ട്രീയ വർത്തമാനങ്ങളും മൂല്യചർച്ചയുമാണെന്ന നാട്യത്തിൽ വ്യക്തിപരമായ വൈകല്യങ്ങൾക്കു സൈദ്ധാന്തികച്ഛായ പകരുന്ന ബുദ്ധിജീവികളായാൽ ഈ കൺവെർഷന് ഏറ്റവും നല്ലത്. നമ്മുടെ സാഹിത്യത്തിന്റെ പേരിലുള്ള അടിതന്നെ നോക്കുക. തനിക്കെന്തോ നീരസം തോന്നിയതുകൊണ്ട് ആ സാഹിത്യകാരനുണ്ടാക്കിയ സാഹിത്യചരിത്രത്തിൽനിന്ന് മറ്റേ സാഹിത്യകാരന്റെ പേര് വെട്ടിക്കളഞ്ഞിരിക്കുന്നു. ചെറിയ ചെറിയ മനുഷ്യരുടെ ഈ വലിയ സംഘം സത്യത്തിൽ ഞങ്ങൾ സയന്റിസ്റ്റുകൾക്കുമേൽ ഇത്തരം കൺവെർഷന്റെ പണി എളുപ്പത്തിൽ സാധ്യമാക്കുന്നു. തന്നെത്തന്നെ ചോദ്യം ചെയ്യാത്ത, വരുതിയിൽ നിർത്താത്ത അത്തരം ബ്രെയിൻ കോഡ് പെട്ടെന്നു പരിവർത്തനത്തിനു വഴങ്ങും. അതിനു താങ്കൾ കഴിച്ചതുപോലെ ഒരു പാനീയം മാത്രമേ ഞങ്ങൾ സയന്റിസ്റ്റുകൾക്ക് ആവശ്യമുള്ളൂ.

ബാലു ഞെട്ടിത്തരിച്ചു.

പ്രൊഫ. സുഗതൻ പൊട്ടിച്ചിരിച്ചു.

ഇനി തൊണ്ടയിൽ കൈയിട്ട് ഛർദ്ദിക്കുകയൊന്നും വേണ്ട. ഞാൻ തമാശ പറഞ്ഞതാണ്.

ങ്ഹാ, ഇനി വിഷയത്തിലേക്കു മടങ്ങാം. വ്യക്തികളുടെ സ്വകാര്യത എന്നത് ഇനിയുള്ള കാലത്ത് ഒരു മിത്ത് മാത്രമായി മാറാൻ പോവുകയാണ്. ഇന്നിപ്പം ഏത് ഇടങ്ങളിലും ക്യാമറ കടന്നുചെല്ലാം. ഒരു മൊട്ടുസൂചി കുത്താനുള്ള ഇടം മതി. പക്ഷേ അത് ഗുണകരമായ റെവലൂഷനായിട്ടാണ് നമ്മളെടുക്കേണ്ടത്. ആവശ്യമില്ലാത്ത കുറെ സ്വകാര്യതകൾ നമുക്കെന്തിനാണ്? സത്യം നമ്മളെ സ്വതന്ത്രരാക്കും എന്നാണല്ലോ മഹാത്മാവുപോലും പറഞ്ഞത്. ഞാനും ഫ്ളോറൻസിലെ വിൽകീരിയൻ ബ്ലൈക്കും കൂടി ഇതിനൊരു സാറ്റലൈറ്റ് ഡെഫനിഷൻ കൊടുത്തു കഴിഞ്ഞു. സാറ്റലൈറ്റ് ഐക്ക് കെട്ടിടത്തിനകത്തുകൂടി കയറാവുന്ന ഒരു കണ്ടുപിടിത്തം. അപ്പർ വ്യൂയെ സൈഡ് വ്യൂവായി അപ്ഗ്രേഡ് ചെയ്യാൻ കഴിയുന്ന എക്സ്പിരിമെന്റിനെ ഞങ്ങൾ ലക്ഷ്യത്തിലെത്തിച്ചുകഴിഞ്ഞു. സൈപ്രസ് മീറ്റിങ്ങിൽ വന്ന 'വ്യക്തികളുടെ സ്വകാര്യത'യെപ്പറ്റി പറഞ്ഞുവല്ലോ. എന്റെ സുഹൃത്തുക്കളായ സയന്റിസ്റ്റുകൾ ഒരു ബെറ്റ് വെച്ചു. അതിന്റെ ആദ്യത്തെ ഇര താൻതന്നെ ആവുമെന്ന്. ഞാൻ പറഞ്ഞു, എന്റെ അറിവുവെച്ച് ഞാനത് ബ്രേക്ക് ചെയ്തു കാണിച്ചുതരാമെന്ന്.

പന്തയം എത്രയ്ക്കാണെന്നോ, അഞ്ചു ലക്ഷം ഡോളർ. പന്തയത്തിന്റെ ലാസ്റ്റ് ഡേറ്റ് നാളെയാണ്.

കേരളത്തിലെ സവിശേഷ സാമൂഹ്യസാഹചര്യങ്ങളൊക്കെ നന്നായറിയുന്ന സുഹൃത്തുക്കൾ ചെയ്ത പണിയാണ്. എന്റെ പേഴ്സണൽ ലൈഫിലെ ചില ഫോട്ടോകളൊക്കെ അവന്മാര് ചൂണ്ടി കമ്പ്യൂട്ടറിലിട്ടു. ഞാനത് ഫോളോ ചെയ്തു. സാറ്റലൈറ്റ് ഫോളോ അപ്പ്. കൂട്ടത്തിൽ പൊടി സ്പൈ വർക്കും.

പെട്ടെന്നു കയറിവന്ന പൊട്ടിച്ചിരിക്കിടയിൽ പ്രൊഫസർ സുഗതന് തുടർന്നു സംസാരിക്കാൻ ഏറെനേരം വേണ്ടിവന്നു.

ഒടുവിൽ അദ്ദേഹം ചിരിയമർത്തി വിശദീകരിച്ചു; ഞാൻ ചുരുക്കിപ്പറയാം.

അദ്ദേഹം റിവൈവിങ് കസേരയിൽനിന്ന് ഇളകിത്തിരിഞ്ഞ് അല്പം അകലെയുള്ള കമ്പ്യൂട്ടറിനു മുന്നിൽ ചെന്നുനിന്നു. കീബോർഡിൽ വിരലമർത്തി.

ബാലുവിനു നേരെ തിരിഞ്ഞുകൊണ്ട് പറഞ്ഞു:

ഇന്നു കാലത്ത് സാറ്റലൈറ്റുവഴി കിട്ടിയതടക്കമുണ്ട്. എല്ലാം ഞാൻ എഡിറ്റുചെയ്തുവെച്ചിട്ടുണ്ട്. ക്ഷമിക്കണം. ഡീറ്റെൽസ് അധികമുണ്ടാവില്ല.

ഒന്നും മനസ്സിലാവാതെ ബാലു എല്ലാം മറന്ന് മോണിറ്ററിൽ കണ്ണുനട്ടപ്പോൾ കണ്ടത് അല്പം സെക്സികം തന്നെയായിരുന്നു.

ആദ്യരംഗം:

പണിക്കോട്ടി തന്റെ അവശയായ ഭാര്യയെ കിടപ്പറയിലെ അരണ്ട വെളിച്ചത്തിൽ ഒരു കേളിക്കായി ഒരുക്കാൻ ശ്രമിക്കുന്നു. ക്ഷുഭിതയാവുന്ന പണിക്കോട്ടിയുടെ ഭാര്യ, കുട്ട്യോൾടച്ഛൻ, ഭർത്താവ് എന്നീ നിലകളിലെ മോശമായ പ്രകടനത്തിന്റെ പേരിൽ പൊതിരെ ചീത്ത പറയുകയും സെക്സിനുപോലും സമ്മതിക്കാതിരിക്കുകയും ചെയ്യുന്നു.

അടുത്ത ക്ലിപ്പിങ്:

പിറ്റേന്നത്തെ പ്രഭാതം. തന്റെ വീടിനു പിറകിലെ അമ്പലക്കുളത്തിൽ കുളിക്കുന്ന സ്ത്രീകളെ ഒളിഞ്ഞുനോക്കി സ്വന്തം മുണ്ടിനടിയിലേക്ക് എന്തോ കണ്ടുപിടിക്കാൻ ശ്രമിക്കുന്ന പണിക്കോട്ടി...

സ്പിരിറ്റിൽനിന്നും ഉണർന്ന ശവം കണക്കെ ബാലു എഴുന്നേറ്റു.

യാത്രയാക്കുമ്പോൾ പ്രൊഫ. സുഗതൻ മൂന്ന് ചെറുകിറ്റുകൾ ബാലുവിനെ ഏല്പിച്ചു.

ഇത് പണിക്കോട്ടിയുടെ സ്വന്തം ആത്മകഥാ സി.ഡി.

രണ്ടാമത്തേത് കുറച്ചു പണമാണ്. പണിക്കോട്ടിക്കും താങ്കൾക്കും

വീതിച്ചെടുക്കാം. നിങ്ങൾ കാരണം കുറെ പണം എന്റെ അക്കൗണ്ടിൽ നാളെ വീഴും, അതിന്റെ സന്തോഷത്തിന്.

മൂന്നാമത്തേത് ഒരു തെരഞ്ഞെടുപ്പാണ്. നിങ്ങളുടെ... ആറാമത്തെ മണിക്കൂറിൽ ബാലു ഒരു കുരങ്ങായി മാറും. ഞാൻ തന്ന ഡ്രിങ്ക് അതിനുള്ളതാണ്. ഞങ്ങൾ വിടാൻ പോകുന്ന സാറ്റലൈറ്റിൽ നല്ല ശമ്പളത്തിന് ഒരു ജോലിയാവും. കുടുംബം രക്ഷപ്പെടും. ആലോചിച്ചു തീരുമാനിക്കാനാണ് ആറു മണിക്കൂർ. നമ്മൾ മലയാളികൾ വളരെ ചിന്താശീലരാണല്ലോ. വേണ്ട എന്നു തോന്നുന്നുവെങ്കിൽ ഈ പാക്കറ്റിലെ ഗുളിക ഒരല്പം വെള്ളത്തിൽ വിഴുങ്ങിയാൽ മതി. ബാലു പഴയ ബാലുതന്നെ.

ഗേറ്റുവരെ പ്രൊഫ. സുഗതൻ വിനയവിനീതനായി ബാലുവിനെ അനുധാവനം ചെയ്തു.

മൊബൈലിൽ ദീർഘമായി മണി മുഴങ്ങുന്നു.

ബാലുവിനറിയാം, ഏറെ നേരമായിട്ടും ഒരു വിവരവുമില്ലാത്തതിനാൽ പരിഭവിച്ച് പണിക്കോട്ടി വിളിക്കുന്നതാണ്.

■

ഫ്രാഡ്

കോഴിക്കോട്ട് കുറച്ചുകാലം ഞാനൊരു പ്രാദേശിക പത്രത്തിൽ ജോലി ചെയ്തിരുന്നു. മാറാലയും പൊടിയും പിടിച്ച പഴയൊരാപ്പീസ്.

തൊട്ടടുത്ത സീറ്റിൽ എ.എം. കൈമൾ സ്ഥിരമായി പൊടി വലിച്ചു കൊണ്ടിരിക്കും. കണ്ടാൽ ഒരലസ മണ്ടൻ, പക്ഷേ കണ്ണിലാണ് ബുദ്ധി മുഴുവൻ.

ആയിടെ പ്രൂഫിലൊരു കെ.എം. കുട്ടി വന്നു. കുട്ടിക്ക് എല്ലാം പുഷ്പ ദലമാണ്. ആ പരിധിയിൽ വേൾഡ് വാറും വിയറ്റ്നാം യുദ്ധവും ഹിരോഷിമാ നാഗസാക്കിയുമൊക്കെ വരും.

കുട്ടി ഇതേപ്പറ്റി പറയുന്നത്, “ഇതൊക്കെയില്ലാതെ ചരിത്രം മുന്നോട്ടു പോകില്ലാ”യെന്നാണ്. കുട്ടിയുടെ അഭിപ്രായത്തിൽ കാൾമാക്സ് ആളൊരു സൂത്രക്കാരനാണ്. ലണ്ടനിലോ അമേരിക്കയിലോ എക്കണോമിക്സ് പ്രൊഫസറായി ലാവിഷായി ജീവിച്ച് താൻതന്നെയാണ് തന്റെ മൂലധനമെന്നു വിചാരിച്ചാൽ പഹയനിത്ര ഫെയ്മസാവോ മാഷേ എന്നാണവൻ എന്നോടു കുത്തിക്കുത്തി ചോദിക്കുന്നത്.

ഇതുകേട്ട് ദേഹം മുഴുവൻ അരിശംകയറി തരിച്ചുനിൽക്കുമ്പോൾ കൈമൾ ഡപ്പിയിൽനിന്ന് രണ്ടുനുള്ള് പൊടിയെടുത്ത് മൂക്കിൽ വലിച്ച് നാലു ഛീ പറയും. കുട്ടി തന്റെ മുറിയിലേക്കു പോകും. കൈമൾ തന്റെ രണ്ടാംമുണ്ടെടുത്ത് മൂക്കു ചീറ്റുന്നതിനിടയിൽ പറയും: അവനെ പറഞ്ഞിട്ടും കാര്യമില്ല. എഴുപതുകൾക്കിങ്ങോട്ടു ജനിച്ച പിള്ളേരിങ്ങനെയാ. എളുപ്പവഴിയിൽ ക്രിയ ചെയ്തതാണ് ചരിത്രമെന്ന് അവർ വിശ്വസിക്കുന്നു. ഉദാഹരണത്തിന് എന്റെ മോനോടു പറഞ്ഞുനോക്കുക. ഒരു രാഗം പഠിക്കാൻ കാൽ നൂറ്റാണ്ടുപോലും മതിയാവില്ലെന്ന്. പുച്ഛിച്ച് ഒരു ചിരി ചിരിക്കും. ആ ചിരി അവനെനിക്കെതിരേ എഴുതിയ ഒരു പുസ്തകമാണ്.

കൈമൾ പെട്ടെന്നെന്തോ ഓർത്ത് എഡിറ്റിങ്ങിലേക്കു കടക്കും.

പക്ഷേ കുട്ടിയെ എനിക്കിഷ്ടമാണ്.

അതിനു പ്രധാന കാരണം ഇടയ്ക്കിടെ കുട്ടി എന്നോട് ചില സംശയങ്ങൾ ചോദിക്കാൻ വരും എന്നതാണ്. മാഷേ, ഈ കൂപമണ്ഡൂകം

എന്നതിൽ മണ്ഡൂകമാണോ ശരി മണ്ടൂകമാണോ മാഷേ? അതുവഴി എന്നാണോ ശരി അതോ അതുവഴി എന്നാണോ? സ്ഥാലീപുലാകന്യായേനെ എന്നതിൽ വാക്കുകൾ തമ്മിൽ വെവ്വേറെ നിറുത്തണോ അതോ ഒന്നിച്ചു മതിയോ? രൂഢമൂലത്തിൽ ചുരുട്ടിയ ഡായാണോ ചുരുട്ടാത്ത ഡായാണോ വേണ്ടത്?

ഞാൻ വിശദമായി പറഞ്ഞുകൊടുക്കും. കഷ്ടപ്പാടുകൾ നിറഞ്ഞ എന്റെ ജീവിതത്തിലേക്കു വന്നടിക്കുന്നു തണുത്ത ഇളംകാറ്റായിരുന്നു അത്.

സൂക്ഷിച്ചുനോക്കിയാൽ കുട്ടിക്ക് ആകപ്പാടെ ഒരാനച്ചന്തമുണ്ട്. ഫുൾസ്ലീവ് ഷർട്ടിട്ടേ നടക്കൂ. താടിയെപ്പോഴും സൈസ് ചെയ്തു നിർത്തും. എന്നാൽ ഒരു ബുദ്ധിജീവിയുടെ നിസ്സംഗത അതിനകത്തു വരുത്തും. സിനിമ, സാഹിത്യം, ചരിത്രം എല്ലാറ്റിനെക്കുറിച്ചും അഭിപ്രായമുണ്ട്.

കൈമളിനോട് ഇതേപ്പറ്റി പറഞ്ഞപ്പോൾ ഒരു നീണ്ട പൊട്ടിച്ചിരി.

എന്റെ മന്ദബുദ്ധീ, ഫ്രാഡാണവൻ. ഫ്രാഡ്... നാലാംക്ലാസും ഗുസ്തിയും കഴിഞ്ഞ് ഇവിടത്തെ എം.ഡിയുടെ ഡ്രൈവറായിരുന്നു. കാറിലെ യാത്രക്കാരൊക്കെ ബുദ്ധിജീവികളായിരുന്നു. ചർച്ച കേട്ടുകേട്ട് ഒന്നരക്കൊല്ലംകൊണ്ട് കുട്ടിയും ബുദ്ധിജീവിയായി. എം.ഡിയെ പുകഴ്ത്തിപ്പുകഴ്ത്തി നേടിയതാ ഈ എഡിറ്റോറിയൽ സ്റ്റാഫ് പണി. വന്നപാടെ എന്നെ വിരട്ടാൻ നോക്കി. ഇറ്റാലോ കാൽവിനോവിന്റെ വർക്കിനു പിന്നിൽ സത്യത്തിൽ ഒരു സാമ്രാജ്യത്വ അജണ്ടയില്ലേ കൈമളേ എന്നൊക്കെയാണ് ഡയലോഗ്. ഇപ്പം സത്യം പറയാലോ, പ്രൂഫ് റീഡറായി വന്ന ഈ പണ്ഡിതൻ എന്റെ എഡിറ്റോറിയൽ പണി കളയുമോ ദൈവമേ - എന്നോർത്ത് ഞാൻ എത്രദിവസം ഉറങ്ങാതെ കഴിച്ചുകൂട്ടിയിട്ടുണ്ടെന്ന് തനിക്കറിയോ? പിന്നെയല്ലേ മനസ്സിലായത് ഇവന് ഇറ്റാലോ കാൽവിനോയുമറിയില്ല ഒരു പിണ്ണാക്കുമറിയില്ല. ഒക്കെ നാവുകൊണ്ടുള്ള സർക്കസ് പ്രകടനങ്ങൾ.

പക്ഷേ.. കൈമൾ... ബ്ലാക് ഹോൾ തിയറിയെപ്പറ്റിയും ടൈം കൺസെപ്റ്റിനെപ്പറ്റിയും ഞാൻപോലും കേൾക്കാത്ത കാര്യങ്ങൾ കുട്ടിയിൽ നിന്നാണ്...

കൈമൾ നീരസം മറച്ചുവെച്ചില്ല.

എടോ തന്നെപ്പോലെ പഠിച്ച മണ്ടന്മാരുടെ അലസതയിലാണവന്റെ വളം.

തമ്മിലെന്തെങ്കിലും ഈഗോ പ്രശ്നം കാണും... ഞാൻ ദൃഢമായി വിശ്വസിച്ചു.

ഇനി കൈമൾ പറയുന്നതുപോലെയൊക്കെയാണെങ്കിലും കുട്ടിയോടെനിക്കു വാത്സല്യമാണ്.

വേറൊരാംഗിളിൽനിന്നു നോക്കുമ്പോൾ വെറുമൊരു നാലാം ക്ലാസു കാരൻ. ആപേക്ഷികതാ സിദ്ധാന്തത്തെപ്പറ്റിയും ക്വാണ്ടം ഫിസിക്സിനെ ക്കുറിച്ചുമൊക്കെ ഇത്ര സരസമായി പറയണമെങ്കിൽ... കൈമളിനെവിടെ യെങ്കിലും കുറച്ച് അസൂയയുടെ പൊടി പുരണ്ടിരിക്കണം. ഇത്തിരി കാസ്റ്റിന്റെ പ്രശ്നവും കാണും. പോരാത്തതിന് കൈമളാണെങ്കിൽ മുരിക്കു പോലൊരു മാർക്സിസ്റ്റും. കാൾ മാർക്സിനെയൊക്കെ കേറി തൊട്ടതിന്റെ യാവും.

കുട്ടിയെപ്പറ്റി എന്തോ ന്യായീകരിച്ച് പറയാനോങ്ങിയപ്പോൾ കൈമൾ വീണ്ടും പൊട്ടിത്തെറിച്ചു.

ഫ്രാഡ്! താങ്കളൊക്കെ ഇങ്ങനെ കണ്ണുപൊട്ടനായിപ്പോയല്ലോ. അവനു മലയാളത്തിലക്ഷരം തികച്ചറിയില്ല.

കൈമൾസാറങ്ങനെ പറയരുത്. കുട്ടി നോക്കിയാൽ ഒരൊറ്റ പ്രൂഫ് മിസ്റ്റേക്കുമില്ല.

പെട്ടെന്നാണ് കലി പൊട്ടിച്ചിരിയായത്.

അത് പ്രൂഫിലെ കോയയുടെ ഗുണം! തിരിച്ചറിയപ്പെടാതെപോയ കുട്ടി ക്കൃഷ്ണമാരാരാണ് കോയയെന്നാണ് കുട്ടി പറഞ്ഞുനടക്കുന്നത്. കുട്ടി ക്കതു ധാരാളം. പ്രശംസ ഒരു കൃസരിയാണ്. അതിൽ വീഴാത്ത ഏത് ബുദ്ധിമാനുണ്ട്? ഏത് ആണും പെണ്ണായിപ്പോകും. നിങ്ങളെ ആശ്രയി ക്കുന്നു എന്നുകൂടി വരുത്തിയാൽ കുട്ടി നിങ്ങളെക്കൊണ്ട് പ്രസവിപ്പിക്കുക കൂടി ചെയ്തുകളയും. ഹാ, ഹാ, ഹാ!

കൈമൾ ഇതും പറഞ്ഞ് ഏതോ സംസ്കൃതശ്ലോകം ചൊല്ലി.

എനിക്കു കാര്യത്തിന്റെ ഗൗരവം പിടികിട്ടി. പാവം കുട്ടി. അറിയാതെ കൈമളിന്റെ ഈഗോയെ വല്ലാതെ മുറിവേല്പിച്ചിട്ടുണ്ട്, എപ്പോഴോ.

ഡ്യൂട്ടിക്കിടയിൽ ഒരു ചായ കുടിച്ചുവരാമെന്നു കരുതി പുറത്തിറങ്ങിയ പ്പോൾ കുട്ടിയതാ ചായക്കടയിൽ!

പറ്റിയ അവസരം.

ഞാൻ പറഞ്ഞു:

കുട്ടീ, ആ കൈമളിനെ താനെന്തോ വർത്തമാനം പറഞ്ഞു വേദനി പ്പിച്ചിട്ടുണ്ട്. അരുത്, അങ്ങനെയൊന്നും... പ്രായത്തെയെങ്കിലും ഒന്നു ബഹുമാനിച്ചു വിട്ടേക്കണം.

സൗമ്യനായ കുട്ടിയുടെ ഭാവം പെട്ടെന്നാണ് മാറിയത്.

ആ മൈരൻ! ആ നായ...

ഞാൻ ആകെ അന്തംവിട്ടു.

ഇതിൽ ഞാൻ വാദിയുമല്ല പ്രതിയുമല്ല.

ഞാൻ ഒരു ഉറച്ച തീരുമാനത്തിലെത്തി. ഒരു കാരണവശാലും കുട്ടിയെ സ്നേഹിക്കാതിരിക്കാനും വാത്സല്യം ചൊരിയാതിരിക്കാനും

75

എനിക്കു കഴിയില്ല. കൈമളിനെ വെറുക്കാനും വയ്യ. പിന്നെ ചെയ്യേണ്ടത് രണ്ടുപേരും തമ്മിലുള്ള പ്രശ്നം ഒത്തുതീർപ്പാക്കുകയാണ്. അതിനായി മുൻകൈയെടുക്കാൻ എന്തുകൊണ്ടോ മനസ്സ് വിസമ്മതിച്ചു. രണ്ടുപേരും എനിക്കു വേണ്ടപ്പെട്ടവർ. മധ്യസ്ഥം വലിയ റിസ്ക്കാണ്. വാദപ്രതിവാദം മൂത്ത് എന്തിലെങ്കിലും കേറി പക്ഷംപിടിക്കാനിടയായാൽ തീർന്നു. (മാത്രമല്ല ഇടയ്ക്ക് പോരുകോഴികൾ പരസ്പരം കലഹിക്കുമ്പോൾ ഒരു ശുദ്ധവും ഗൂഢവുമായ ഇക്കിളിയുമുണ്ടെന്നു കൂട്ടിക്കോളൂ.) എന്നുവെച്ച് രണ്ടുപേരും എനിക്കു വേണ്ടപ്പെട്ടവർ.

കൈമൾ പനി പിടിച്ചു കിടന്ന ദിവസം. ഓഫീസ് ബോയിയെ വിട്ട് എഡിറ്റോറിയൽ പോയി വാങ്ങിക്കുകയായിരുന്നു. ബജറ്റിനെപ്പറ്റിയാണ്. കൈമളെഴുതിയാലേ ശരിയാവൂ എന്ന നിർദ്ദേശമുണ്ടായിരുന്നു. പനിക്കിടക്കയിലും കൈമൾ എത്ര ജാഗരൂകനാണ്! വളരെ ഷാർപ്പായ നിഗമനങ്ങൾ, വസ്തുതകൾ. ഒരുതരം ആരാധനയോടെ കുറിപ്പു വായിച്ചുകൊണ്ടിരിക്കുമ്പോഴാണ് കുട്ടി വന്നു കൈനീട്ടുന്നത്.

ഞാൻ ഇവിടം വിടുകയാണ് സർ.

എങ്ങോട്ട്?

കുവൈത്തിലേക്ക്. വരുന്ന തിങ്കൾ.

കൺഗ്രാജുലേഷൻസ്. ഇവിടത്തെജോലി...

കുട്ടി പുച്ഛത്തോടെ ഒരു ചിരി ചിരിച്ചു:

ഓ, ഒരിടത്താവളത്തിനപ്പുറത്തുള്ള പ്രാധാന്യമൊന്നും ഞാനിതിന് ഒരു കാലത്തും കൊടുത്തിട്ടില്ല.

എന്തു ജോലിയിലാണ് കുട്ടി പോകുന്നത്?

ഇലക്ട്രിക്കൽ എൻജിനീയർ.

ഞാൻ അദ്ഭുതപ്പെട്ടു.

അതിന് കുട്ടി...

കോമൺസെൻസും കള്ളസർട്ടിഫിക്കറ്റും ഉള്ള ആർക്കും ഗൾഫിൽ പണം വാരാം.

റിസ്ക്കല്ലേ?

എന്തു റിസ്ക്ക്? എത്രയോ പൊട്ടന്മാരായ എൻജിനീയർമാരെ ഞാൻ കണ്ടിട്ടുണ്ട്.

എന്നാലും അത് സംബന്ധിച്ച്...

സാമാന്യജ്ഞാനമുണ്ട്. സ്വിച്ചിട്ടാൽ ബൾബ് കത്തും. പക്ഷേ ബൾബിട്ടാൽ സ്വിച്ച് കത്തില്ല. ഈ ബോധംതന്നെ ധാരാളമല്ലേ?

സൗമ്യമായ ഒരു ചിരി.

അപ്പോ ഭാഷയൊക്കെ?

അറബിയറിയില്ലെങ്കിലും ഇംഗ്ലീഷ് അറിയില്ല.
എങ്കിലും കുട്ടീ...
കുട്ടി ഒരു ചിരി ചിരിച്ചു. കുട്ടിയുടെ തുറന്ന വായിൽ ഞാൻ ഇരുപത്തി യൊന്നാം നൂറ്റാണ്ടിന്റെ ഇതിഹാസം കണ്ടു.
പണ്ട് ആരോ എഴുതിയ കഥ ഓർമ്മ വന്നു. 'ജീവിതം അതൊന്നു മാത്രം' എന്നാണ് കഥയുടെ പേര്; ഹുമയൂൺ എന്ന കഥാപാത്രത്തെയും.
കഥയെ കോപ്പിയടിക്കാം. കഥാപാത്രത്തെ കോപ്പിയടിക്കുമോ?
ഞാൻ സഹജീവി സ്നേഹത്തിന്റെ പ്രാചീനമായ വികാരത്തോടെ, വിമ്മിട്ടത്തോടെ, ഉത്കണ്ഠകളോടെ കുട്ടിക്ക് ഷേക്ക്ഹാൻഡ് ചെയ്തു:
കുട്ടീ, ഓൾ ദ ബെസ്റ്റ്!
അത് ഒരു പ്രാർത്ഥനകൂടിയായിരുന്നു.
ഞാൻ വരും നഷ്ടത്തിലാവുന്ന ഈ പത്രം വിലയ്ക്കു വാങ്ങും. ലാഭ മുണ്ടാക്കി കാണിച്ചുകൊടുക്കും. കൈമളെപ്പോലെയുള്ള നായ്ക്കളെ തോണ്ടിയെറിയും.
അന്ന് ഞാനെഴുതിയ അടിക്കുറിപ്പുകളും തലക്കെട്ടുകളുമൊക്കെ വെന്തുവശായിപ്പോയ ചോറുപോലെയായിരുന്നു.

ഏറെ ഇല്ലായ്മകളും വല്ലായ്മകളുമുണ്ടെങ്കിലും അന്നത്തെ കാലം ഇന്നോർക്കുമ്പോൾ ഇത്തിരി സ്വാസ്ഥ്യമൊക്കെ ഉണ്ടെന്നു കൂട്ടിക്കോളൂ (വെറുതെ പറയുന്നതാണ്: നൊസ്റ്റാൾജിയ). ഡ്യൂട്ടികഴിഞ്ഞ് പാതിരാത്രി യോടെ കെ.എസ്.ആർ.ടി.സി. പരിസരങ്ങളിലെ തെണ്ടിനടപ്പ്, ഒഴിവുദിവസ ങ്ങളിൽ ക്രൗൺ തിയേറ്ററിൽനിന്നുള്ള സെക്കന്റ് ഷോകൾ, അൻസാരി പാർക്ക്, രാമദാസ് വൈദ്യരുടെ അലക്കുകല്ല്...
പൊതുവിൽ ആ ഒറ്റയ്ക്കുള്ള തെണ്ടിനടപ്പ് രസകരമായിരുന്നു. രാത്രി യിൽ ഒറ്റയ്ക്കു നടക്കുമ്പോൾ ഓർക്കാപ്പുറത്ത് ഒരു ഹാർമോണിയം വായന കേൾക്കാം. ബാബുരാജിന്റെ ആത്മാവ് വായിക്കുന്നതാണെന്ന റിയാം. അതുകൊണ്ടുതന്നെ അതിന്റെയൊന്നും ഉറവിടങ്ങൾ ഞാനന്വേഷി ക്കാറില്ല. സ്റ്റേഡിയത്തിനടുത്തുള്ള തെരേസാ കള്ളുഷാപ്പിൽ നിന്ന് 'ഒരു മുറി മാത്രം തുറക്കാതെ വെക്കാം ഞാൻ' എന്ന് ജോൺ എബ്രഹാം പാടുന്നതു കേൾക്കാം. നഗരം കൂർക്കം വലിച്ചുറങ്ങുന്ന രണ്ടുരണ്ടര മണിക്ക് തെരേസാ കള്ളുഷാപ്പ് മാത്രം തുറന്നിട്ടിരിക്കുന്ന മാജിക്കൽ റിയലിസം ഹോട്ടൽ മഹാറാണിയിൽ ഷൂട്ടിങ്ങിനു വന്ന ക്യാമറാമാൻ സാമുവൽ തന്ന കഞ്ചാവിന്റെ ലഹരിയിലല്ലതന്നെ. വർഷങ്ങൾക്കു മുമ്പേ മരിച്ചുപോയ ജോണിനെ ശല്യപ്പെടുത്തേണ്ട എന്നു കരുതി ഒന്നും കേൾക്കാത്ത, കാണാത്ത ഭാവത്തിൽ എത്രയോ രാത്രികളിൽ ഞാനി ങ്ങനെ നടന്നുപോകും. പക്ഷേ പണം എന്ന കടലാസ് എപ്പോഴും എന്നെ നീചനായ ഒരു പൊലീസ് ഉദ്യോഗസ്ഥനെപ്പോലെ നിരന്തരം ചോദ്യം

ചെയ്തുകൊണ്ടിരുന്നു. ലോണും പലിശയും ജപ്തിയുമൊക്കെയായി തല കറങ്ങി നടക്കുന്ന നാളിലൊരിക്കൽ അതാ ഒരു കാർ മുട്ടി മുട്ടിയില്ലാ എന്ന മട്ടിൽ സഡൻബ്രേക്കിടുന്നു. മാരുതിയിൽ നിന്നു കൂളിങ് ഗ്ലാസ് അഴിച്ചു ചിരിക്കുന്ന ആളെ എളുപ്പം പിടികിട്ടി. കുട്ടിയല്ലാതെ മറ്റാരുമല്ല അത്.

എവിടെയാ, ലക്കും ലഗാനുമില്ലാതെ സ്വപ്നം കണ്ട്? കേറിയാട്ടെ – കുട്ടി ഡോർ തുറന്നു ബീച്ചിലെ ഒരു ഹോട്ടലിൽ എനിക്കുവേണ്ടി മാത്രം ഒരു സായാഹ്നമൊരുക്കി.

എന്റെ ഹൃദയം ഭാരംകൊണ്ട് വിങ്ങിപ്പൊട്ടി. എങ്ങനെ തുടങ്ങണം, എവിടെനിന്ന് തുടങ്ങണമെന്നറിയാതെ ശ്വാസംമുട്ടി.

കുട്ടിക്ക് സുഖല്ലേ?

ദൈവാധീനംകൊണ്ട് സുഖം.

ജോലി...

ഇലക്ട്രിക്കലിൽത്തന്നെ. ഗൾഫിൽ.

പറയൂ കുട്ടീ, എങ്ങനെയാണത് പരിഹരിച്ചത്?

ഒരു സിനിമാക്കഥപോലെ കുട്ടിയതു പറയാൻ തുടങ്ങി.

കുവൈത്തിൽ വിമാനമിറങ്ങുമ്പോൾ കാലിന്റെ ചൂണ്ടുവിരൽ എവിടെയോ ചെറുതായി പോയി ഇടിച്ചു എന്നല്ലാതെ ഒട്ടും പതറിയില്ല ഞാൻ. ഡസർട്ടിൽ അരകിലോമീറ്ററോളം വിസ്തൃതിയിൽ ഒരു അലൂമിനിയം ഫാക്ടറിയിലാണ് അപ്പോയിന്റ്മെന്റ്. അത്യാവശ്യം ഇംഗ്ലീഷൊക്കെ പഠിച്ചുവെച്ചിരുന്നു. അല്ലെങ്കിലും ലോകത്തിലെ ഏതു ഭാഷയും പഠിക്കാതെതന്നെ നമുക്കു സംസാരിക്കാം.

അതെങ്ങനെ? ഞാനിടയിൽ കയറി ഇടപെട്ടു.

ഓരോ ഭാഷയ്ക്കും ഓരോ ആയലുണ്ട്. ഒരു ആക്ഷൻ? നമ്മളതു മനസ്സിലാക്കിയാൽത്തന്നെ പകുതിയായി. പാട്ട് നമ്മൾ പാടണമെന്നില്ല. ആ ആയലാണ് പ്രധാനപ്പെട്ടത്. പണ്ഡിതനാവണമെന്നില്ല. പക്ഷേ പണ്ഡിതന്റെ ആക്ഷനുണ്ടാവണം. ആ നില്പ്! അതാണു പഠിക്കേണ്ടത്. ബാക്കി കോമൺസെൻസ്. ജനറൽ നോളജിന്റെ കാര്യവും അങ്ങനെ ത്തന്നെ.

അങ്ങനെയോ? എന്നിട്ട്?

ങ്ഹാ! അത്യാവശ്യം ശമ്പളമൊക്കെയായി ഞാനതിനകത്തുനിന്ന് ജോലി ആരംഭിച്ചു. വിവിധ സെക്ഷനുകളിലായി പത്തിരുപത് ഇലക്ട്രിക്കലുകാരുണ്ടെന്ന് ആദ്യ ദിവസംതന്നെ ഞാൻ കണ്ടെത്തിയിരുന്നു.

അപ്പോഴേക്കും കുട്ടി നാലാമത്തെ പെഗ്ഗിൽ ഐസ്ക്യൂബിട്ടു കഴിഞ്ഞിരുന്നു.

മുഖസ്തുതിയിലും സെന്റിമെന്റ്സിലും വന്നുവീഴുന്ന ഒരുത്തനെ കിട്ടുകയെന്നതാണ് പിന്നെ മുഖ്യമായ ജോലി. ഒരാഴ്ച വേണ്ടിവന്നു. ചെമ്പേരി ഭാഗത്തെ ചെറുപ്പക്കാരനാണ്. അവിടെ കടിച്ചുതൂങ്ങി ഒറ്റപ്പിടിത്തം. അത്യാവശ്യം കാര്യങ്ങൾ മനസ്സിലാക്കിയെടുത്തല്ലേ പറ്റൂ.

സെക്ഷൻ മാനേജർ ഒരു സിറിയക്കാരൻ കുത്തീ കുത്തീയെന്നു വിളിക്കും. ഞാനെവിടെയെങ്കിലും പോയൊളിക്കും. ഭാഗ്യവശാൽ ഒളി ക്യാമറയില്ല.

ഇങ്ങനെ കുറെക്കാലം കഴിയില്ല എന്നെനിക്കറിയാം. ഇടയ്ക്കു ടെൻഷനൊക്കെയായി എന്റെ ദാഹം പെരുത്തുകയറും - എന്നു നിങ്ങൾക്കു തോന്നുന്നുണ്ടോ?

ഞാൻ പറഞ്ഞു:

അതു സ്വാഭാവികമാണല്ലോ.

ഒലക്ക!

അതും പറഞ്ഞ് കുട്ടി ബിൽഡിങ് നിരപ്പാക്കുംപോലെ ഒരു ചിരി ചിരിച്ചു.

ഏതായാലും ഞാനതു കണ്ടുപിടിച്ചു. മെയിൻ പവർഗേറ്റ്. അവിടെ നിന്നാണ് എല്ലാ സെക്ഷനിലേക്കും ഇലക്ട്രിസിറ്റി സപ്ലൈ.

നൈറ്റ് ഷിഫ്റ്റ് കഴിഞ്ഞ് ഫാക്ടറി ഓഫ് ചെയ്ത സമയം നോക്കി ഞാനാ ഭാഗത്തെ വയർ കട്ടുചെയ്ത് വൃത്തിയായി ഒട്ടിച്ചുവെച്ചു.

കാലത്തെത്തുമ്പോൾ ഫാക്ടറിയുടെ ഒരു സെക്ഷൻ പ്രവർത്തിക്കുന്നില്ല. ആകെ ബഹളവും പരിശോധനയുംതന്നെ. സിറിയക്കാരൻ മാനേജർ ജമീൽ സഫർ ഹാറൂൺ തലയിൽ തീപിടിച്ചമാതിരി അങ്ങോട്ടുമിങ്ങോട്ടും പരക്കംപായുകയാണ്. യന്ത്രത്തിനെന്താണു പറ്റിയതെന്ന് ഒരു പിടിത്തവുമില്ല. ഓരോ മുക്കും മൂലയും പരിശോധിച്ചു. ചീഫ് പവർമാനെ വിളിച്ചു. അയാൾ കൈമലർത്തി. ഒടുവിൽ ഫാക്ടറി ഉടമ കുവൈത്ത് അഹ്മദ് അൽഗസ്സാർ ഓടിയെത്തി ജനറൽ മാനേജരെ പുലഭ്യത്തോടു പുലഭ്യം. സൗദിക്കുള്ള ഭീമൻ ഒരോർഡർ ഏതു നിമിഷവും ക്യാൻസലാവും. കോടിക്കണക്കിന് ദിനാറാണ്.

അപ്പോഴേക്കും സോഡ തീർന്നു.

ഇന്റർകോമിലൂടെ കുട്ടി നാലു സോഡയ്ക്കു പറഞ്ഞു, ചെമ്മീൻ വറുത്തതിനും.

മേശപ്പുറത്തുനിന്ന് മാൾബറോ സിഗരറ്റെടുത്ത് പുകവിട്ടുകൊണ്ട് കുട്ടി തുടർന്നു:

അഹ്മദ് അൽഗസ്സാറിന്റെ പരാക്രമം എന്നിൽ ഭയത്തിന്റെ ചെറുബോംബുകളിട്ടു തുടങ്ങി എന്ന് കരുതുന്നുണ്ടാവും മാഷ്, അല്ലേ?

പിന്നല്ലാതെ?

ഒലക്ക!

മാഷേതു കോത്താഴത്തുകാരനാണ്? ഈ ലോകമുണ്ടല്ലോ വെറും വൈക്കോൽകൊണ്ടുണ്ടാക്കിയതാണ്.

ഒരു ചെറു മന്ദഹാസമടക്കിവെച്ച് ഞാൻ കുട്ടിയെ കാത്തുനിന്നു.

ആകെ ഫോൺവിളിയും ബഹളവുംതന്നെ. ചീഫ് പവർമാൻ തന്റെ നിസ്സഹായത വെളിപ്പെടുത്തി. അറബി ഒച്ചയിട്ടു. ഒടുവിൽ പലവിധ തീരുമാനങ്ങളിൽ ചെന്ന് ജമീൽ സഫർ ഹാറൂണും അഹ്മദ് അൽഗസ്സാറും വട്ടം കറങ്ങി. രണ്ടു തീരുമാനങ്ങളിൽ അത് വഴിമുട്ടി നിന്നു. ഒന്നുകിൽ പ്ലാന്റ് മുഴുവൻ അഴിച്ചുപണിയുക. അല്ലെങ്കിൽ ജർമ്മനിയിൽനിന്ന് അഡോൾഫ് ഡൗച്ചർ എന്ന ശാസ്ത്രജ്ഞനെ ചാർട്ടേർഡ് ഫ്ളൈറ്റിൽ കൊണ്ടുവരിക. ഉടനെ കാര്യം നടക്കണമെങ്കിൽ ഇതു മാത്രമേ വഴിയുള്ളൂ.

അപ്പോഴേക്കും ഞാൻ കയറി നേരെ അറബിയുടെ അടുത്തു ചെന്നു ചോദിച്ചു:

എനിക്കൊരു ചാൻസ് തരുമോ സർ?

ചുറ്റിലുമുള്ളവരൊക്കെ ചിരിച്ചു.

അറബിക്കത് ഇഷ്ടപ്പെട്ടില്ല. അയാൾ പറഞ്ഞു:

ചിരിക്കാൻ മാത്രം തമാശയൊന്നുമല്ല ഇത്. കുട്ടി ഒന്നു നോക്കട്ടെ.

ഫാക്ടറിക്കകത്ത് ആയിരം നിഗൂഢവഴികളുണ്ട്. ഒളിച്ചിരിക്കുന്ന കാലയളവിൽ അതൊക്കെ എനിക്കു ഹൃദിസ്ഥം.

മെയിൻ പവറിൽ കട്ടുചെയ്ത ഭാഗം ഞാൻ റീജോയിന്റ് ചെയ്തു. ഒന്നും സംഭവിക്കാത്തതുപോലെ തിരിച്ചുവന്നു ചോദിച്ചു.

എനിക്ക് 5 എം.എം. തൊട്ട് 20 എം.എം. വരെയുള്ള ഏതാനും സ്ക്രൂ ഡ്രൈവർ കിട്ടുമോ? അറബി നോക്കി നിൽക്കുന്നതുകൊണ്ട് ആരും ചിരിച്ചില്ലെന്നേയുള്ളൂ. ചെറിയൊരു യന്ത്രം ഞാൻ കണ്ടുവെച്ചിരുന്നു. അതഴിച്ചിട്ടു കാര്യമായി പരിശോധിച്ചു ഞാൻ. ഒരു കടലാസിൽ കുറെ വരയ്ക്കുകയും കൂട്ടിപ്പെരുക്കുകയും ചിന്താമഗ്നനായി നിൽക്കുകയും ചെയ്തു. സത്യത്തിൽ ഒന്നു ബേജാറായി പോകേണ്ടതാണ്. അഴിച്ചിട്ട യന്ത്രം അതുപോലെ ഫിറ്റു ചെയ്യണം. പിഴച്ചാൽ തീർന്നു. എല്ലാം ഫിറ്റ് ചെയ്ത് കരിഓയിൽ പുരണ്ട കൈ തുടച്ച് നെറ്റിയിലെ വിയർപ്പ് തണ്ടും കൈകൊണ്ട് വടിച്ചുനീക്കി അഹ്മദ് അൽഗസ്സാറിനെ ഒന്ന് ഒളികണ്ണിട്ടു നോക്കി മാനേജരോട് യന്ത്രമൊന്ന് ഓൺ ചെയ്തു നോക്കാൻ പറഞ്ഞു.

നിർണായകമായ മുഹൂർത്തമായിരുന്നു അത്. ഒരു വെടിക്ക് രണ്ടു പക്ഷിയെന്നപോലെ മാനേജരെ ഒന്നിരുത്തുക എന്ന കർമ്മംകൂടി അതിനകത്ത് ഉണ്ടെന്നു വെച്ചോളൂ.

ഒന്നു പതറി സംയമനം വീണ്ടെടുത്ത് മാനേജർ സ്വിച്ച് ഓൺ ചെയ്യാൻ ആജ്ഞാപിച്ചു. ഒരുഗ്രൻ മൂളക്കത്തോടെ ആ യൂണിറ്റു മുഴുവൻ പ്രവർത്തിച്ചുതുടങ്ങി.

അറബിക്ക് എല്ലാം വികാരമാണ്.

ആൾ വന്ന് ഒരു കെട്ടിപ്പിടിത്തം.

എന്താണ് പറേണ്ടത്, എനിക്ക് എന്താണ് തരേണ്ടത് എന്നറിയാതെ അയാൾ ആകപ്പാടെ ഒച്ചയോടൊച്ചതന്നെ.

ഇളിഭ്യരായി നിൽക്കുന്ന സകല എൻജിനീയർമാർക്കിടയിൽനിന്ന് എന്നെ ചേർത്തുനിർത്തി തന്റെ കന്തൂറയിൽനിന്ന് കുറെ ദിനാറെടുത്ത് എനിക്കു നീട്ടി - എന്റെയൊരു സന്തോഷത്തിന്.

സ്പൂണിൽനിന്ന് ചെമ്മീൻ ഫ്രൈ വായിലേക്കു തട്ടി നാലു ചവ ചവച്ച് കുട്ടി ഒരലർച്ചയാണ്.

എന്റെ പട്ടിക്കുവേണം അവന്റെ ഉമ്മാന്റെ ദിനാർ! ഞാൻ വിനയ വിധേയനായി ആ സമ്മാനം നിരസിച്ചു.

അറബാബ്, ഇതെന്റെ ഡ്യൂട്ടിയുടെ ഭാഗമാണ്.

തീർച്ചയായും! പക്ഷേ എനിക്കു സന്തോഷംകൊണ്ട് ഇരിക്കപ്പൊറുതി കിട്ടുന്നില്ല. പറയൂ. എന്തു സമ്മാനമാണ് നിനക്കു വേണ്ടത്?

ഇടയ്ക്ക് ചെമ്മീൻ ഫ്രൈയിൽനിന്നു കടിച്ച പച്ചമുളകു തുപ്പി ക്കളഞ്ഞുകൊണ്ട് കുട്ടി പറഞ്ഞു:

സെന്റിമെന്റ്സ് എന്നത് അഭിനയിച്ചുകാണിക്കാനുള്ള ഒരു ചരിത്ര കൗതുകമാണ്. അതിനകത്തുപെടാതെ, പക്ഷിയറിയാതെ മുട്ടയെടു ക്കണം. ഞാൻ പറഞ്ഞു: അറബാബ്, എനിക്കിപ്പോഴുള്ള ജോലിഭാരം വളരെ കൂടുതലാണ്. (ആണല്ലോ, ഒളിച്ചുനിൽക്കുന്ന പണി അല്പം കഠിന മാണേ! അതും ഫാക്ടറിക്കകത്തെ മൊരത്ത ചൂടിൽ) അതുകൊണ്ട്...

അറബി ധൃതിപ്പെട്ടു.

പറയൂ. അതുകൊണ്ട് ഞാനെന്താണ് ചെയ്തുതരേണ്ടത്?

എന്നെ ഇവിടെ ആകപ്പാടെ ഒരു സൂപ്പർവൈസേഷനു നിയുക്ത നാക്കിത്തന്നാൽ...

എന്തുകൊണ്ടില്ല? നാളെത്തന്നെ തന്റെ ഡെസിഗ്നേഷൻ മാറും.

ഹ!ഹ!ഹ! ചിരിച്ചുചിരിച്ച് കുട്ടി കരണം മറിഞ്ഞു.

പിന്നെ അടുത്ത പണി അതുവരെ സഹായിച്ചുകൊണ്ടിരുന്ന ചെമ്പേരിക്കാരനെ എടുത്തു പുറത്തിടുന്നതായിരുന്നു.

അതെന്തിനു കുട്ടീ?

ഈ മാഷൊരു പൊട്ടൻതന്നെ! ഉപകാരങ്ങൾ ചെയ്യുന്ന സമയത്താണ് ഒരാൾ നമ്മുടെ ദൈവം. പിന്നെ അതു വല്യ ശല്യമാകും; ബാധ്യതയാകും.

81

ഓരോ ദിവസവും എത്ര എടുത്തുകളഞ്ഞാലും അതിന്റെ ഗർബ്ബ് അവന്റെ യൊക്കെ കണ്ണിലുണ്ടാവും. ചില മനുഷ്യരെ ദൈവം സൃഷ്ടിച്ചതുതന്നെ നമുക്ക് ചവിട്ടിക്കയറാനുള്ള ചുമലുകളായിട്ടാണ്. നമ്മളതു തിരിച്ചറിയണ മെന്നു മാത്രം.

കുട്ടീ, ഇതൊക്കെ പാപമല്ലേ?

പെട്ടെന്ന് കുട്ടി തലതാഴ്ത്തി.

പാപം തന്നെയാണ്...

പക്ഷേ എനിക്കു മുന്നോട്ടുപോകാൻ ദൈവം തന്നെ ഉപകരണങ്ങൾ ഇതൊക്കെയായിപ്പോയി.

കുട്ടി അലമുറയിട്ടു കരഞ്ഞു.

കുട്ടി കരയുന്നത് ഞാൻ ആദ്യമായിട്ടു കാണുകയാണ്.

ഇതിനകം ഒഴിഞ്ഞ സോഡാക്കുപ്പി അബദ്ധത്തിൽ തട്ടി വീണുടഞ്ഞു.

പാതിരാത്രി ദാഹിച്ചുണർന്ന് ഞാൻ ലൈറ്റിടാൻ ഏറെ പണിപ്പെട്ടു.

മുറിയിലെവിടെയാവും കുപ്പിച്ചില്ല്?

പിറ്റേന്ന് ഹോട്ടൽ മുറിയിൽനിന്ന് യാത്ര പറയുമ്പോൾ കുട്ടി ഞെട്ടി പ്പിക്കുന്ന ആ രഹസ്യം വെളിപ്പെടുത്തി.

അലുമിനിയം ഫാക്ടറിയിലെ ആ ജോലി വിട്ടു. ഇനി ഖത്തറിലേ ക്കാണ്.

ഇലക്ട്രിക്കൽ?

അല്ല. കമ്പ്യൂട്ടർ എൻജിനീയർ.

അതിനു കുട്ടി കമ്പ്യൂട്ടർ പഠിച്ചിട്ടുണ്ടോ?

കോമൺസെൻസിനെ സഹായിക്കാൻ ഒരു കള്ള സർട്ടിഫിക്കറ്റ് കൂടെ യുണ്ട് ഒരു കൈ തുണയ്ക്ക്. ഇത്തവണ ശമ്പളം അഞ്ചിരട്ടിയാണ്.

റിസ്ക്കല്ലേ, കുട്ടീ?

പിന്നേം നോക്ക്? ഈ മാഷാണ് ശരിക്കുമൊരു കുട്ടി. ഒരു മാറ്റവു മില്ല. വെറുതെയല്ല മാഷേ ഞാൻ വിടാത്തത്. ഈ നിഷ്കളങ്കതയും ബേജാറും കാണുമ്പോൾ എനിക്കു ഫലിതബിന്ദു വായിക്കുന്നതു പോലെയാ.

കുട്ടി വാതുറന്ന് ഒരു ചിരി ചിരിച്ചു. ഇരുപത്തൊന്നാം നൂറ്റാണ്ടിന്റെ ഇതിഹാസം അവിടെ ഞാൻ കണ്ടു

രാവുകൾ, പകലുകൾ, വാർത്തകൾ.

മുഷിഞ്ഞതും ഭാരമേറിയതുമായ കാലത്തിന്റെ അതിസുന്ദരമായ വിഴുപ്പുവണ്ടി.

കൈമൾ ഇടയ്ക്ക് ഒരു അറ്റാക്ക് വന്ന് ഏറെക്കാലം കിടന്നു. പുതിയ അപ്പോയിന്റ്മെന്റുകളൊന്നും ഉണ്ടായില്ല. സ്റ്റാഫ് മീറ്റിങ്ങിൽ കടത്തിന്റെ കണക്ക്. ഓരോ വാതിലും അടഞ്ഞടഞ്ഞേ പോകുന്നു. ഇനിയെന്ത് എന്ന് എപ്പോഴും ആരോ പിന്നിൽനിന്ന് ഭീഷണിപ്പെടുത്തുംപോലെ ചോദിച്ചു കൊണ്ടിരുന്നു. രാമദാസ് വൈദ്യർ മരിച്ചു. ക്രൗണിൽ നല്ല സിനിമകൾ കുറഞ്ഞു. എങ്കിലും കോഴിക്കോടിന്റെ നന്മ ഒരു ശീതളഛായയായി എപ്പോഴും സാന്ത്വനിപ്പിച്ചു നിർത്തിയിരുന്നു.

ഒരു ദിവസം പേജൊക്കെ അയച്ച് ഓഫീസിൽനിന്നിറങ്ങുമ്പോഴതാ ഫോൺ:

ആ ഗുഹയിൽനിന്ന് ഇനിയുമിറങ്ങിയില്ലേ മാഷേ?

പരിചിത ശബ്ദം.

കുട്ടിയാണ്. അദ്ഭുതവും സന്തോഷവും വാത്സല്യവും തിരയടിച്ചു.

താനെവിടെയാ?

ഓഫീസ് ഗേറ്റിൽ ഒരു സീലോ കാർ. വേഗം വാ. കാത്തിരിക്കുന്നു.

മഹാറാണിയിൽ ഞങ്ങൾ മുറിയെടുത്തു.

എന്റെ ജിജ്ഞാസയ്ക്ക് അതിരേതുമുണ്ടായിരുന്നില്ല.

ഞാനവനെ തടഞ്ഞുവെക്കുമ്പോലെ ചോദിച്ചു. പറയൂ കുട്ടീ, കമ്പ്യൂട്ടർ എൻജിനീയറുടെ പണിക്കുപോയിട്ടെന്തായി?

കുട്ടി ആകെ ഉഴിഞ്ഞുനോക്കി ഒരു ചിരി ചിരിച്ചു.

മാഷിന്റെ ശിശുസഹജമായ ഈ ഔത്സുക്യം എന്നെ ഹഠാദാകർഷി ക്കുന്നു എന്നു നമ്മളെഴുതുമ്പോൾ ഹഠാദാകർഷിക്കുന്നു എന്നാണോ ശരി, ഹഠാദാകർഷിക്കുന്നുവെന്നാണോ? ഇവിടെ ഠ തന്നെയാണോ ശരി, 'ഡ' യോ?

സത്യം പറഞ്ഞാൽ ഈ ചോദ്യം എന്റെ നെഞ്ചിലെവിടെയോ ഒന്നു മുറിവേല്പിച്ചു.

എന്തായാലും ആൾ വിഷയത്തിലേക്കു കടന്നു.

പ്രത്യേകിച്ചൊന്നും സംഭവിച്ചില്ല മാഷേ, അല്ലെങ്കിലെന്തു സംഭവി ക്കാൻ?

എനിക്കറിയേണ്ടത് എങ്ങനെ അതിജീവിച്ചുവെന്നാണ്.

കുട്ടി പെട്ടെന്നു ഫിലോസഫറായി.

എല്ലാ പ്രശ്നങ്ങൾക്കകത്തും അതിന്റെ സൊല്യൂഷനും ദൈവം അടക്കം ചെയ്തിട്ടുണ്ട്. നമ്മളതു കണ്ടുപിടിക്കണമെന്നുമാത്രം.

കുട്ടീ, കഥ പറയൂ.

കമ്പ്യൂട്ടർ എൻജിനീയറായി ഞാൻ ജോയിൻ ചെയ്ത ദിവസം തന്നെ അതു പൊളിഞ്ഞു.

എന്റെ ദൈവമേ? എന്നിട്ട്? എന്നിട്ട്?

മാഷിങ്ങനെ നെർവസാകാതെ.

സോഡ തുറക്കാനുള്ള ഓപ്പണർ കിട്ടിയില്ലെന്ന് ഇന്റർകോമിലൂടെ വിളിച്ചുപറഞ്ഞശേഷം കുട്ടി കഥ തുടർന്നു:

ഞാൻ പറഞ്ഞല്ലോ അറബികൾക്ക് എല്ലാം വികാരമാണ്. അവിടെയാണ് ഞാൻ രക്ഷപ്പെട്ടത്.

എന്നെയിങ്ങനെ ശ്വാസംമുട്ടിക്കാതെ കുട്ടീ, പറയൂ.

കമ്പ്യൂട്ടറിൽ എന്തൊക്കെയോ ചെയ്യാനാവശ്യപ്പെട്ടു അറബി. ഞാന വിടെയുമിവിടെയും ഞെക്കി. താമസിയാതെ കമ്പ്യൂട്ടർ ഹാങ്ങായി.

ജോർദ്ദാനിയാണ് സെക്ഷൻ ഓഫീസർ. നേരെ അറബിയുടെ കാബിനിൽ കയറി കാര്യം പറഞ്ഞു.

പറന്നുവന്ന അറബി എന്റെ മുഖമടച്ച് ഒറ്റയടിയാണ്.

സീറ്റിൽനിന്ന് തലകറങ്ങിവീണു. ഞാനൊരു എക്സ്ട്രാ ഇഫക്ടും ഇട്ടുകൊടുത്തു. ബോധവും അനക്കവുമില്ല.

എങ്ങനെയെല്ലാമോ ഉണർത്തി ചൂടുചായ കുടിപ്പിച്ചുകൊണ്ടിരിക്കെ അറബിയുടെ ഹൃദയം ആർദ്രമായി.

സത്യം മാത്രമേ പറയാവൂ. നീ ശരിക്കും കമ്പ്യൂട്ടർ പഠിച്ചിട്ടുണ്ടോ?

ഞാൻ ഒരൊറ്റ കരച്ചിലാണ്.

എന്റെ ഗതികേടുകൊണ്ടാണ് അറബാബ്. സത്യത്തിൽ ഞാനൊരു വലിയ കെമിക്കൽ എൻജിനീയറാണ്.

അറബി വാരിപ്പുണർന്നു.

സാരമില്ല, ഞാൻ നിനക്കു ട്രെയിനിങ് തരാം.

ജോർദ്ദാനിയെ വിളിച്ച് അറബി പറഞ്ഞു: ഈ സെക്ഷനിൽ ഇവൻ ചെയ്യേണ്ട ജോലിക്ക് ട്രെയ്നിങ് കൊടുക്കണം.

ജോർദ്ദാനിക്കത് അത്ര പിടിച്ചില്ല എന്ന് നോട്ടംകൊണ്ടു മനസ്സിലായി.

രണ്ടുമാസംകൊണ്ട് ഞാനാ പണിയിൽ പരമവിദഗ്ധനായി.

പെട്ടെന്ന് എന്തോ ഓർത്ത് കുട്ടി ഉച്ചത്തിൽ ഒരു ചിരി ചിരിച്ചു.

ചിരി നിൽക്കുന്നേ ഇല്ല.

ഞാൻ ചോദിച്ചു:

എന്തുപറ്റി?

ഏയ് ഒന്നുമില്ല. പാവം ജോർദ്ദാനി ഇപ്പോൾ നാട്ടിലാണ്.

വീണ്ടും ഭൂമികുലുങ്ങും ചിരി.

ചിരിച്ചുചിരിച്ച് കുട്ടിയുടെ കണ്ണിൽനിന്ന് കുടുകുടെ വെള്ളമടർന്നു വീണു. ഇടയ്ക്കു വളരെ പ്രയാസപ്പെട്ട് ചിരി നിർത്തി കുട്ടി പറഞ്ഞു:

ഈ ഭൂമിയുണ്ടല്ലോ, അതെത്ര സുന്ദരമാണെന്നറിയാമോ? ഒരിക്കലും അതെന്നെ ബോറടിപ്പിച്ചിട്ടില്ല.

പിരിയുംമുമ്പ് കുട്ടിയോടു ഞാൻ ചോദിച്ചു.

ലീവ് കഴിഞ്ഞ് എന്നു മടങ്ങും.

ഞാൻ മറ്റന്നാൾ തിരിച്ചുപോവുകയാണ്. ഇക്കുറി ദുബായിലേക്കാണ്. പുതിയ വിസയിൽ. നാലിരട്ടി ശമ്പളമെന്നെ കാത്തിരിക്കുന്നു.

ഞാൻ പറഞ്ഞു:

അല്ലെങ്കിലും കമ്പ്യൂട്ടർ ജോബിൽ അനന്തമായ സാധ്യതയാണല്ലോ.

അതു പണ്ട്. ഈ മാഷ് ഏതു ലോകത്താണ്?

ഇടയ്ക്കു നിശ്ശബ്ദനായി കുട്ടി എന്തോ ആലോചിച്ചുനിന്നു.

ഞാനിത്രയും കിലോമീറ്റർ കാറോടിച്ച് മാഷെ കാണാൻ വന്നതെന്തിനാണെന്നറിയോ?

നിന്റെ സ്നേഹം. പഴയ ഓർമ്മകൾ.

മണ്ണാങ്കട്ട! മാഷിന്റെ ഈ നിഷ്കളങ്കത കാണാനാണ്. ഇത്രയും ശുദ്ധമായ നിഷ്കളങ്കത കാണാൻ എനിക്ക് ഒരു കാഴ്ചബംഗ്ലാവിൽ നിന്നും പറ്റില്ല.

മാഷേ, ഞാൻ നാളെ പോവുകയാണ് ദുബായിയിൽ. പൈലറ്റിന്റെ വിസയാണ്.

ഞാൻ ഞെട്ടുന്നതുകണ്ട് കുട്ടി അലറിച്ചിരിച്ചു.

അതിനു കുട്ടിക്കു വിമാനമോടിക്കാൻ അറിയുമോ?

കള്ളസർട്ടിഫിക്കറ്റും കോമൺസെൻസും അതിനു ധാരാളം.

പത്രം പൂട്ടി. ആ കെട്ടിടം നിന്ന സ്ഥലത്ത് ഇപ്പോൾ മൾട്ടിനാഷണൽ ഷോപ്പിങ് സെന്ററാണ്. പത്രത്തിലെ ജോലി ഇല്ലാതായതോടെ ഞാൻ ഗതികെട്ടു. ഒരു വിസ സംഘടിപ്പിച്ച് ഞാൻ ഗൾഫിലേക്കു പോയി. കഷ്ടിച്ചു രണ്ടായിരം ദിർഹം കിട്ടുന്ന ഒരു ജോലി. അതുതന്നെ നേടിയെടുക്കാൻ പെട്ട പാട്. ഹാവൂ. ഭാഗ്യം. വർഷത്തിൽ ഒരു മാസത്തെ ലീവുണ്ട്. ഏതു ടെർമിനലിൽനിന്നായാലും വിമാനത്തിന്റെ കവാടത്തിൽനിന്ന് അതിസുന്ദരികളായ എയർഹോസ്റ്റസുമാർ എന്നെ അഭിവാദ്യം ചെയ്യും. വെൽക്കം! ഹായ്! ഗുഡ് ഈവനിങ്.

ഇങ്ങനെ നൂറ് ഉപചാരവാക്കുകൾ.

ഞാനെന്റെ പെട്ടിയും തൂക്കി അവരുടെ അടുത്തുതന്നെ ചുറ്റിപ്പറ്റി നിൽക്കും. എന്നിട്ട് എന്തെന്നില്ലാത്ത ഉദ്വേഗത്തോടെ ശബ്ദം താഴ്ത്തി ചോദിക്കും:

മാഡം, ഈ ഫ്ളൈറ്റോടിക്കുന്നത് ഒരു ഇന്ത്യാക്കാരനാണോ? മലയാളിയാണോ? കുട്ടിയെന്നാണോ പേര്?

എന്നിട്ട് പണ്ടൊരിക്കൽ ഞങ്ങൾ പത്രമാപ്പീസിൽനിന്നെടുത്ത ഗ്രൂപ്പ് ഫോട്ടോയിൽനിന്ന് പ്രത്യേകം കീറിയെടുത്ത കുട്ടിയുടെ പഴയ ഫോട്ടോ എടുത്തുനീട്ടും.

നിങ്ങളുടെ പൈലറ്റിന് ഈ മുഖച്ഛായയുണ്ടോ?

നമുക്കെന്തു ചെയ്യാൻ പറ്റും? ദൈവം സ്വന്തം തടി കാത്തുസൂക്ഷിക്കാനുള്ള ഉത്തരവാദിത്വം ഏറ്റവും കൂടുതൽ നൽകിയത് അവനവനു തന്നെ ആയിപ്പോയല്ലോ. ■

രണ്ട് എളേപ്പമാർ

പാമ്പൻ പുഴയ്ക്കക്കരെ ഞങ്ങൾക്കൊരു വീടുണ്ടായിരുന്നു. ഒരിക്കലും കിട്ടാത്ത സ്നേഹത്തെ അന്വേഷിച്ചിട്ടെന്നപോലെ വളപട്ടണം പുഴയുടെ കൈവഴിയിലെവിടെയോ വെച്ച് അലഞ്ഞുതിരിഞ്ഞനാഥമായിപ്പോയ വീതി കുറഞ്ഞ ഒരു പുഴ. വേണമെങ്കിൽ തോടെന്നും പറയാം. വേലിയേറ്റവും വേലിയിറക്കവും ഞങ്ങളുടെ മൺകട്ടകൊണ്ടുണ്ടാക്കിയ ചെറിയ വീടിന്റെ നോക്കിയാൽ കാണുന്ന മുറ്റംവരെ വന്നുപോയി. തോട്ടിലേക്കു ചാഞ്ഞു നിന്ന തെങ്ങുകളിൽനിന്നു വീഴുന്ന ഉണങ്ങിയ തേങ്ങകൾ വേലിയേറ്റം കൊണ്ടുപോകും. പകരം ഒരു പൊങ്ങുമരം, അല്പം ചീഞ്ഞ ഓല. ഉണങ്ങിയ വിറകുസാമഗ്രികൾ എന്നിവ ഞങ്ങൾക്കെത്തിച്ചുതരും, പുഴ.

പുഴയ്ക്കക്കരെ ഞങ്ങളുടെ വീടിനഭിമുഖമായി വലിയൊരു ഫാക്ടറിയുണ്ടായിരുന്നു. എന്താണ് ഉത്പാദിപ്പിച്ചിരുന്നതെന്നോ എപ്പോഴാണ് ആ ഫാക്ടറി തുടങ്ങിയതെന്നോ അടച്ചതെന്നോ ഞങ്ങൾക്കറിയില്ല. എന്റെ ഓർമ്മയുടെ കണ്ണുതുറക്കുമ്പോഴേ ആ കൂറ്റൻ കമ്പനി ഇരുളാർന്നും കാടു പിടിച്ചും കിടന്നിരുന്നു. ഞാനും അനുജനുമൊക്കെ ആ ഇരുട്ടിൽ നാലോ അഞ്ചോ അടി നടന്നു പേടിച്ച് പെട്ടെന്നു പിൻവാങ്ങിക്കളയും. നന്നേ ചെറുപ്പത്തിൽത്തന്നെ കള്ളക്കഥകളുണ്ടാക്കിപ്പറയുന്നതിൽ മിടുക്കനായ ഞാൻ പേടിത്തൂറിയായ, എന്നാൽ വഴക്കാളിയായ കോലൻമുടിക്കാരൻ അനുജൻ ഹമീദിനോട് ആ കാടുപിടിച്ചതിനകത്തുകിടക്കുന്ന കൂറ്റൻ വിചിത്രജീവി പോലുള്ള കമ്പനിയെ ചുറ്റിപ്പറ്റി പല പ്രേതകഥകളും ഉണ്ടാക്കി. സ്വതവേ അനാരോഗ്യവാനായ ഞാൻ അവനെ മാനസികമായി ഉപദ്രവിച്ചത് അങ്ങനെയായിരുന്നു. അവൻ ഉറക്കത്തിൽ പലവുരു അലറി വിളിച്ചുകരഞ്ഞു. പകലിൽ അവന്റെ മല്ലൻ കായികശേഷിയിൽ ഞാൻ ഞെരിഞ്ഞമർന്നു. കഥ ഒരു പ്രതികാരവസ്തുവായി ഞാനുപയോഗിച്ചു. ദുർബലനു കയറിക്കിടക്കാവുന്ന ഒരിടമെന്ന് ചിലപ്പോൾ കഥ. കഥ പറഞ്ഞുപറഞ്ഞ് ഒടുവിൽ എനിക്കും അതൊക്കെ സത്യമാണെന്നു തോന്നിത്തുടങ്ങി. വളരെ കാലങ്ങൾക്കുശേഷമാണ് മനസ്സിലായത്, അത് ഒരു സാധാരണ ഫാക്ടറിയായിരുന്നു, ലാഭമൊന്നുമില്ലാതിരുന്ന കാലത്ത് രണ്ടു സഹോദരങ്ങൾ ആ കമ്പനി ഏറ്റെടുത്തു. സ്ഥിരപരിശ്രമംകൊണ്ട് കമ്പനി പച്ചപിടിച്ചു. കോടീശ്വരന്മാരായ അവരുടെ മക്കൾ തമ്മിൽ തല്ലി.

അതിൽ ഒരാൾ ഫാക്ടറിക്കകത്തുവെച്ച് കുത്തേറ്റ് മരിച്ചു. അതോടെ യന്ത്രം നിലച്ചു. ആരും അങ്ങോട്ടു തിരിഞ്ഞുനോക്കാതെയായി. ആരെങ്കിലും പ്രശ്നം തീർക്കും എന്നു കരുതി കാത്തിരിക്കുംപോലെ യായി ഫാക്ടറി.

ഉടപ്പിറപ്പ് എന്നു പറയാൻ ഉപ്പാക്ക് ഒരു പെങ്ങളല്ലാതെ മറ്റാരുമില്ല. പെങ്ങളാണെങ്കിൽ പെരിങ്ങോട്ടുകരയിൽ ഭർത്താവിനോടൊപ്പം വർഷ ങ്ങളായി താമസിക്കുന്നു. പിന്നെ വീട്ടിൽ വരുന്നത് രണ്ട് എളേപ്പമാരാണ്. ഉപ്പാന്റെ അനുജനെയാണ് എളേപ്പ എന്നു വിളിക്കുന്നതെങ്കിലും രണ്ടു പേരും വളരെ അകന്ന മച്ചുനിയന്മാർ മാത്രമാണ്. പക്ഷേ ഞങ്ങൾ കുട്ടി കളെ സംബന്ധിച്ചിടത്തോളം അവർ എളേപ്പമാർതന്നെയാണ്. ഉപ്പാക്ക് മറ്റു ബന്ധുക്കളൊന്നുമില്ലാത്തതിനാൽ ഞങ്ങൾ ആ ശൂന്യതയിൽ അവരെ പ്രതിഷ്ഠിച്ചു. മൊയ്തീനെളേപ്പായ്ക്കും കാദറെളേപ്പായ്ക്കും വിശേഷിച്ച് ജോലിയൊന്നുമില്ല. ഒരാൾ ഒന്നാംക്ലാസിലും മറ്റെ ആൾ അഞ്ചിലും പഠിത്തം നിർത്തി. ഇതൊക്കെ പത്തുനാല്പതു വർഷം മുമ്പാ ണെന്നോർക്കണം. തോട്ടുവക്കിലിരുന്ന് രണ്ടുപേരും വാശിയോടെ തായം കളിക്കും. കാദറെളേപ്പായ്ക്ക് പന്തയംവെച്ചു കളിക്കാനാണാഗ്രഹ മെങ്കിലും അതിനുള്ള പണമൊന്നും കൈയിലില്ല. കാദറെളേപ്പായെ തോല്പിക്കാൻ ഇടയ്ക്ക് കള്ളക്കളി കളിക്കുന്നതിലും പിന്നിലല്ല മൊയ്തീനെളേപ്പ. എന്നാലും എപ്പോഴും ജയിക്കുന്നത് കാദറെളേപ്പ.

റേഷൻഷാപ്പിലെ പച്ചരിയാണ് ഞങ്ങൾക്കന്ന് ഏക ആശ്രയം. തായം കളി മുറുകി ക്ഷീണിക്കുമ്പോൾ ചെറിയൊരു കിണ്ണത്തിൽ പച്ചരിക്കഞ്ഞി യിൽ തേങ്ങ ചിരവിയിട്ട് വല്യുമ്മ രണ്ടുപേർക്കും കൊടുക്കും. അത് ആർത്തിയോടെ കോരിക്കുടിച്ച് വീണ്ടും കളിതുടരും. വല്യുമ്മ പറയും: എടാ മൊയ്തീനേ, ഇങ്ങനെ കളിച്ചു നേരം കളേന്നതിനു പകരം എന്തെ ങ്കിലും പണിക്കു പൊയ്ക്കൂടേ നിനക്ക്?

മൊയ്തീനെളേപ്പ ഒന്നും മിണ്ടില്ല. വല്യുമ്മ നീരസപ്പെടും:

നിന്നോടു പറേന്നതിനു പകരം വല്ല മരത്തിനോടും പറേന്നതാ.

മൊയ്തീനെളേപ്പ ന്യായീകരിക്കും:

നമ്മുടെ നാട്ടിലെവിടെയാ പണി. തുണിമില്ലും മരമില്ലും പൂട്ടി – ഞാൻ പോലും പേർഷ്യയ്ക്ക് പോകാൻ നിൽക്വാ. ബോംബേലൊരു പണ്ടായിക്ക് ആയിരത്തഞ്ഞൂറുറുപ്പിക കൊടുത്താ കള്ളലോഞ്ചിന് പേർഷ്യേലെത്താം. അവിടെ നല്ല ശമ്പളാന്നാ കേൾവി. വല്യുമ്മ പറഞ്ഞു:

നീ ഈ കാദറനീം കൊണ്ടുപോ. റബ്ബ്സുബ്ബ് ഹാനതആലയുടെ ആയിരം കൂലി നിനക്കു കിട്ടും.

മൊയ്തീനെളേപ്പ ചിരിച്ചു. കാദറിന്റെ കാര്യന്ന്വെച്ചാ ന്റെ കാര്യല്ലേ? ഞാനാദ്യം ഒന്ന് കടവ് കടക്കട്ടെ.

മൊയ്തീനെളേപ്പ കള്ളലോഞ്ചിന് പേർഷ്യയ്ക്കുപോയി.

ബോംബെയ്ക്കു പുറപ്പെടുംമുമ്പ് ഉപ്പ എവിടെനിന്നെല്ലാമോ കടം വാങ്ങിയ പൈസകൊണ്ട് വീട്ടിൽ റാത്തീബ്[1] കഴിച്ചു.

വിടപറയുംമുമ്പ് മൊയ്തീനെളേപ്പ ഉപ്പയെ കെട്ടിപ്പിടിച്ച് കരഞ്ഞു. നിങ്ങൾക്കൊക്കെ വേണ്ടിക്കൂടിയാണ് ഞാൻ പോകുന്നത്. അല്ലാഹു വേണ്ടിവെച്ചാൽ നമ്മുടെ എല്ലാർടേം കഷ്ടപ്പാട് ഇതോടെ തീരും.

ഉപ്പ പറഞ്ഞു:

നീ ഈ കാദറിന്റെ കാര്യം ആദ്യം നോക്കണം.

പ്രത്യേകം പറയല്ലേ. ഇതെന്റെ കാര്യല്ലേ?

സിങ്കപ്പൂരിൽപോയി കച്ചോടം ചെയ്ത് പൊന്നിന്റെ പല്ലുവെച്ച മേമി ഹാജി എന്ന പൊന്നാൻഹാജിയോട് കെഞ്ചുംപോലെ ചോദിച്ചുവാങ്ങിയ പഴയൊരു ലെതർബാഗിൽ തുണിയും കുപ്പായവുമൊക്കെ നിറച്ച് മൊയ്തീനെളേപ്പ ഞങ്ങളെ നാട്ടിൻപുറത്തെ ചായമക്കാനിയുടെ അടുത്ത് ബസ് കാത്തുനിന്ന നില്പ് ഇപ്പോഴും മറന്നിട്ടില്ല. കൃത്യം മൂന്നരയ്ക്ക് ഫാർഗോ കമ്പനിക്കാരുടെ യൂണിയൻ ബസ് വലിയ സംഭവംപോലെ കണ്ടമാനം പുകവിട്ട് ഞങ്ങളുടെ അടുത്തെത്തി. ബസ്സിൽനിന്ന് തല പുറത്തേക്കിട്ട് കണ്ണുനിറഞ്ഞ് മൊയ്തീനെളേപ്പ വിളിച്ചുപറഞ്ഞു:

ദുആ[2] ചെയ്ക. അസ്സലാമു അലൈക്കും.

ഞങ്ങളുടെ കണ്ണുകൾ പൊട്ടിയൊലിച്ചു. ഏങ്ങലടി അടക്കിവെക്കാനുള്ള ശ്രമത്തിനിടയിൽ ആർക്കും ഒന്നും സംസാരിക്കാൻ കഴിഞ്ഞില്ല. ഗ്രാമപാതയിലൂടെ യൂണിയൻ ബസ് അപ്രത്യക്ഷമായി. അതിന്റെ കറുത്തുപരക്കുന്ന പുക മാത്രം കുറച്ചുനേരം അവിടെ ചുറ്റിപ്പറ്റി നിന്നു.

അന്നു രാത്രി ഉപ്പ ഉറക്കം വരാതെ എന്തോ ഓർത്തുകിടന്നു. ഉമ്മ ചോദിച്ചതിനൊന്നും മറുപടി പറഞ്ഞില്ല.

തോട്ടിൻകരയിൽ അപ്പോഴും മാഞ്ഞിട്ടില്ലാത്ത തായംകളിയുടെ പലകക്കള്ളിയും ഉച്ചൂളിയും[3] നോക്കി കാദറെളേപ്പ നെടുവീർപ്പുകളുതിർത്തു. മൊയ്തീനെളേപ്പ പോയിട്ട് മാസങ്ങളായിട്ടും യാതൊരു വിവരവുമില്ല. ചായം കലർന്ന ഒരു തുള്ളി വെള്ളം ചുട്ട കോൺക്രീറ്റു തറയിൽ തൂവിയതുപോലെ ജലം ഉണങ്ങിയ ഓർമ്മകളിൽ ചായം മാത്രമായി.

അന്ന് ടെലിഫോൺ വലിയൊരാർഭാടം. സിങ്കപ്പൂർ പൊന്നൻ ഹാജിയുടെ വീട്ടിൽ മസ്ലീൻ തുണികൊണ്ട് പൊതിഞ്ഞ നിലയിലേ ഞങ്ങൾ ഫോണിനെ കണ്ടിട്ടുള്ളൂ.

മൊയ്തിനെളേപ്പാന്റെ വിവരം കാണാതെ ഉപ്പ ഏറെ വിഷമിച്ചു. ആരോടാണ്, എവിടെച്ചെന്നാണ് അന്വേഷിക്കുക. ആ ആലോചനയാണ് സിങ്കപ്പൂർ ഹാജിയുടെ വീട്ടുമുറ്റത്തേക്കു ഞങ്ങളെ എത്തിച്ചത്.

---

1. പ്രാർത്ഥനാപൂർവമായ ഒരു അനുഷ്ഠാനം
2. പ്രാർത്ഥന
3. കക്കയുടെ തോട്. ഇതുപയോഗിച്ചാണ് തായംകളി

പല്ലൻ ഹാജി തന്നേക്കാൾ താഴ്ന്ന മനുഷ്യരോട് അങ്ങനെ കാര്യമായി സംസാരിക്കില്ല. ആ സമയംകൂടി അദ്ദേഹം ദസ്ഫിയയിൽ* നാല് ദിക്കറ് കൂടുതൽ ചൊല്ലും. തന്റെ മുൻവരിയിലെ സ്വർണപ്പല്ല് പുറത്തു കാട്ടാൻ മാത്രം അദ്ദേഹം ചിരിക്കും.

ഉപ്പയുടെ സങ്കടംകേട്ട് മേമിഹാജിക്ക് കലിയാണു വന്നത്.

നിങ്ങളൊക്കെ എന്താ വിചാരിച്ചത്? മടക്കര ബസാറിലേക്കല്ല ഓൻ പോയത്. ബഹ്റിന്റെ അക്കരെയാ.

അവിടെത്തന്നെ തലചൊറിഞ്ഞുനിന്ന ഞങ്ങളെ നോക്കി അദ്ദേഹം ഒരു നിമിഷം ചിന്താമഗ്നനായി.

എന്തായാലും ഞാൻ ഒന്ന് അന്വേഷിക്കട്ടെ, ഓൻ ബോംബേന്ന് ലോഞ്ച് കയറിയോന്ന്.

ഏഴാം ദിവസം ഞങ്ങൾക്കു വിവരംകിട്ടി, മൊയ്തീനെളേപ്പ ബോംബെ വിട്ടിരിക്കുന്നു.

മാസങ്ങളുടെ കാത്തിരിപ്പ്.

ഒരു ദിവസം ഉപ്പയുടെ മുറുക്കാൻകടയിലേക്ക് പോസ്റ്റുമാൻ കുമാരേട്ടൻ കയറിവന്നു ചോദിക്കുന്നു:

ആരാണീ കളത്തിൽ മുഹമ്മദ് കുഞ്ഞി?

ഉപ്പ ചാടിയെണീറ്റു.

മൊയ്തീന്റെ കത്തു വന്നിരിക്കുന്നു.

മണ്ണെണ്ണവിളക്കിന്റെ ചുവട്ടിലിരുന്ന് ഞങ്ങളതു പലവട്ടം വായിച്ചു.

വബിഹില്ലാഹി തൗഫീക്ക്... എനിക്കെത്രയും പ്രിയം നിറഞ്ഞ മമ്മൂഞ്ഞിക്കയും കുടുംബവും വായിച്ചറിയുവാൻ പ്രിയത്തിൽ മൊയ്തീൻ എഴുതുന്നത്...

വിചിത്രമായ സ്റ്റാമ്പും സുഗന്ധവുമുള്ള പേപ്പറും എന്നിലുണ്ടാക്കിയ കൗതുകത്തിന് അതിരില്ല. കത്തിലൊരിടത്ത് എന്നെപ്പറ്റി എഴുതിയിരിക്കുന്നു. ബാഹിസിനോട് പ്രത്യേകം സലാം പറയണം. ബാഹിസ് - ആ ഭാഗം ഞാൻ എത്ര തവണ വായിച്ചിരുന്നെന്നോ? മറ്റൊരാൾ എന്റെ പേര് എഴുതിയത് ഇത്രയടുത്തുനിന്ന് കാണുന്നത് ആദ്യമായാണ്. ഞാനന്ന് ആറിൽ പഠിക്കുന്നു. ഉപ്പ കാണാതെ ഞാൻ ആ കത്ത് ക്ലാസിലെ ചങ്ങാതിമാർക്കൊക്കെ കാണിച്ചുകൊടുത്തു. പലരും കത്തിന്റെ സുഗന്ധം മൂക്കിൽ വലിച്ചുകയറ്റി. അദ്ഭുതത്തോടെ കണ്ണുമിഴിച്ചു. കത്ത് പലരും മാറിമാറി മണപ്പിച്ചു. മണപ്പിച്ചുമണപ്പിച്ച് അക്ഷരത്തിൽ മൂക്കള പറ്റി.

ഉപ്പ എയർമെയിൽ ഇൻലന്റിൽ മറുപടി എഴുതി. സർവ്വശക്തനായ റബ്ബുൽ ആലമിനായ തമ്പുരാന്റെ കൃപകൊണ്ട് നീ അയച്ച കത്ത് കൈപ്പറ്റി... കാദറിന്റെ കാര്യം നീ മറന്നുപോകരുത്...

* ദൈവപ്രകീർത്തനം ഉരുവിടുമ്പോൾ എണ്ണാനുള്ള മാല

എല്ലാ കത്തിലും മൊയ്തീനെളേപ്പ കാദറെളേപ്പാന്റെ കാര്യം പറഞ്ഞെഴുതും. അല്ലാഹുവിന്റെ കൃപകൊണ്ട് ഉടനെ ശരിയാവും.

നീണ്ട രണ്ടു വർഷത്തെ കാത്തിരിപ്പിനുശേഷം കാദറളേപ്പ ഒരു ദിവസം ആരോടും പറയാതെ നാടുവിട്ടുപോയി. പുഴക്കരയിൽ ഉച്ചൂളി പറ്റേ അനാഥമായി. കുറച്ചുദിവസത്തിനുശേഷം കാദറെളേപ്പ ആരേക്കൊണ്ടോ എഴുതിച്ച് ഒരു കത്തയച്ചു.

മമ്മുഞ്ഞിക്കാ, ഞാനിപ്പോൾ ബോംബെയിലാണ്. ലോഞ്ച് കയറി ഉടനെ പേർഷ്യയ്ക്കുപോകും. അനുഭവം എന്നെ പഠിപ്പിച്ച ഏറ്റവും വലിയ പാഠം ഇതാണ്, ആരും ആരെയും കാത്തിരിക്കരുത്.

ഉപ്പ ഉള്ളാളത്തെ പള്ളിയിൽ നേർച്ച നേർന്നു, ഒരാപത്തും വരാതിരിക്കാൻ.

പാമ്പൻ പുഴയ്ക്കക്കരെയുള്ള പൂട്ടിയിട്ട ഫാക്ടറിയിൽ പിന്നെയും കാട് പെരുകി. രാത്രികാലങ്ങളിൽ കുറുക്കന്മാരുടെ കൂവൽ പതിവു കേൾവിയായി.

മറക്കില്ല, ആ ദിവസം. ഞാനന്ന് പത്താംക്ലാസിൽ പഠിക്കുന്നു. ഉപ്പാന്റെ പീടികയ്ക്കുമുന്നിൽ ഒരു ലാംബട്ര ഓട്ടോറിക്ഷ വന്നുനിന്നു. അതിൽനിന്നിറങ്ങിയ ആളെക്കണ്ട് ഉപ്പാക്കു വിശ്വസിക്കാനായില്ല. ആളാകെ തടിച്ചിരിക്കുന്നു. കാലുകൾ അസാമാന്യമായി വെളുത്തിരിക്കുന്നു. അവസാനമായി അയച്ച കത്തിൽ വന്നേക്കും എന്നേ എഴുതിയിരുന്നുള്ളൂ.

ഇരുവരും പരസ്പരം ഏറെനേരം ഒന്നും പറയാതെ പുണർന്നുനിന്നു. അന്ന് ഉപ്പ പീടിക നേരത്തെ അടച്ചു. ഞങ്ങളുടെ മൺകട്ട വീട്ടിനുമുന്നിൽ തൂക്കിയ മണ്ണെണ്ണവിളക്കിനു മുന്നിൽ പ്രത്യേകം ഇട്ടുകൊടുത്ത കസേരയിലിരുന്ന് ഗൾഫിലെ വർത്തമാനങ്ങൾ പറഞ്ഞു. അവിടത്തെ ചൂട്, തണുപ്പ്, അറബികളുടെ സ്നേഹം, കണ്ണെത്താത്ത മരുഭൂമി, ചുട്ട മണൽക്കാറ്റടിക്കുമ്പോൾ പഴുക്കുന്ന ഈത്തപ്പഴം. ഖോർഫുക്കാൻ കുന്നിനരികിൽ പത്തേമാരിയിറങ്ങിയപ്പോൾ ഛർദ്ദിച്ചു വശംകെട്ടത്, ലോഞ്ച് കടലിൽ മറിഞ്ഞ് നാല്പതോളം പേർ മരിച്ചത്...

അകത്തെ കിളിവാതിലിനു പിറകിൽ ഞാനെല്ലാം കൗതുകത്തോടെ കേൾക്കുന്നുണ്ടായിരുന്നു.

എന്നെ കണ്ടതും അരികിൽ വിളിച്ചിരുത്തി നൂറിന്റെ നോട്ടെടുത്ത് പോക്കറ്റിലിട്ടുതന്നു. ഞാനതു നിഷ്കളങ്കമായ നാണത്തോടെ സ്വീകരിച്ചു.

നന്നായി പഠിക്കണം. പതിനെട്ടായാൽ പാസ്പോർട്ടെടുക്കണം. ഈ നാട്ടിൽ ചുറ്റിത്തിരിഞ്ഞിട്ട് കാര്യമില്ല.

എന്റെ മനസ്സിൽ ഒറ്റയടിക്ക് ആയിരം താമരകൾ വിടർന്നു.

എപ്പോഴും മുറുക്കാൻപീടികേം പച്ചരിച്ചോറും മാത്രം പോരാ. ഈ വീടൊക്കെ നമുക്കൊന്ന് മാറ്റിപ്പണിയണം. നമുക്ക് ഈ വീടിന് കറണ്ടു പിടിപ്പിക്കണം.

ഉപ്പ ഉദ്വേഗത്തോടെ ചോദിച്ചത് കാദറെളേപ്പാന്റെ കാര്യമാണ്.

ദുബായിലെവിടെയോ ഉണ്ട്. കാണാൻ പറ്റിയിട്ടില്ല. ഒന്നാമത് ഞാൻ കടലിലാണ്. കപ്പലിലാണെനിക്കു പണി. ഒന്നും രണ്ടും മാസം കൂടുമ്പോഴേ ദുബായിൽ വന്നടുക്കൂ.

എന്താണവന്റെ അവസ്ഥ. സുഖാണോ? ഒരു കത്ത് പോലും അയച്ചില്ല - ഉപ്പ സങ്കടത്തോടെ പറഞ്ഞു.

മൊയ്തീനെളേപ്പ എളിയിൽനിന്ന് വിചിത്രവും നീളമേറിയതും വർണാഭവുമായ ഒരു പാക്കറ്റെടുത്ത് തുറന്നു. നീളമുള്ള സിഗരറ്റ്. ഈയത്തിന്റെ നിറമുള്ള സിഗാർലൈറ്ററും. തള്ളവിരൽകൊണ്ട് നാലഞ്ചാവർത്തി അമർത്തിയടിച്ചപ്പോൾ അതു കത്തിയതുകണ്ട് ഞാനദ്ഭുതപ്പെട്ടു. സിഗരറ്റിന്റെ അപരിചിത സുഗന്ധം മുറിയിലാകെ ചിന്താമഗ്നമായി നിറഞ്ഞു.

എളേപ്പ പറഞ്ഞു:

മമ്മൂഞ്ഞിക്കാ, കാദറിനെ നല്ല നിലയ്ക്കു വിസയെടുത്തു കൊണ്ടുപോകാനാണ് ഞാൻ കാത്തിരിക്കാൻ പറഞ്ഞത്. എന്തോ അവനതിഷ്ടപ്പെട്ടില്ല. ഇപ്പം നല്ല കഷ്ടപ്പാടാണെന്നാണറിയാൻ കഴിഞ്ഞത്.

ഉപ്പാക്കു വിഷമമായി.

നിന്റെ സ്ഥിതിയെന്താണ്? ഉപ്പ ചോദിച്ചു.

അല്ലാഹുവിന്റെ കൃപയാൽ നല്ല ജോലിയും ശമ്പളവുമൊക്കെത്തന്നെയാണ്.

ഉപ്പ പറഞ്ഞു: അടുത്ത തവണ പോകുമ്പോൾ നീ എങ്ങനെയെങ്കിലും അവനെ കണ്ടുപിടിച്ച് നല്ല ഒരിടത്ത് ജോലിയാക്കിക്കൊടുക്കണം. ഇക്കണ്ട കാലമത്രയായിട്ടും കത്തിന്റെ ഒരു വരിപോലും അവനെനിക്കയച്ചിട്ടില്ല. പക്ഷേ മാസത്തിൽ ഒരു തവണയെങ്കിലും ഞാനവനെ കിനാവു കാണാറുണ്ട്.

രാത്രി ഏറെനേരം വൈകിയിരുന്നു. തൂക്കിയിട്ട മണ്ണെണ്ണവിളക്കിന്റെ തിരി പിടയാൻ തുടങ്ങിയപ്പോൾ മൊയ്തീനെളേപ്പ എണീറ്റു.

പോകും മുമ്പ് കൈയിലെ പ്ലാസ്റ്റിക്സഞ്ചി നീട്ടി പറഞ്ഞു:

കുട്ടികൾക്കുള്ള കുപ്പായത്തുണിയാണ്. കാര്യമായൊന്നും ഞാൻ കൊണ്ടുവന്നിട്ടില്ല.

ഉപ്പ പറഞ്ഞു: നിന്റെ കുട്ട്യോൾക്കൊക്കെ ഉണ്ടോ?

മൊയ്തീനെളേപ്പ ഒന്നു മന്ദഹസിക്കുക മാത്രം ചെയ്തു.

പടിയിറങ്ങുംമുമ്പ് എളേപ്പ എന്നെ നോക്കി പ്രത്യേകം പറഞ്ഞു:

പറഞ്ഞത് ഓർമ്മയുണ്ടല്ലോ. നന്നായി പഠിക്കണം. നമുക്കതുകൊണ്ട് ചില ആവശ്യങ്ങളൊക്കെ ഉള്ളതാ.

എന്റെ മനസ്സിലെ ആയിരം താമരകൾ കിനാവിന്റെ തടാകം മുഴുവൻ സഞ്ചരിച്ചു. ധാരാളം കേട്ട ആ പ്രദേശത്തു പോകാൻ കഴിയുന്നത് ഭാഗ്യം തന്നെ. പക്ഷേ ഉപ്പയെയും ഉമ്മയെയും അനുജന്മാരെയും വിട്ട് എങ്ങനെ?

എളേപ്പ തന്ന സുഗന്ധം പൊങ്ങിവരുന്ന കുപ്പായത്തിന്റെ തുണി ഞാൻ കൗതുകത്തോടെ തിരിച്ചും മറിച്ചും പലവുരു നോക്കി. ഉമ്മ ദേഷ്യത്തോടെ പറഞ്ഞു:

വരുന്ന പെരുന്നാളിനുള്ളതാ. അതു ചീത്തയാക്കണ്ടാ. പോയിക്കിടന്നുറങ്ങാൻ നോക്ക്.

പോക്കറ്റിലുള്ള നൂറുരൂപയും ഉമ്മ എടുത്തുകളഞ്ഞു.

അത്തവണത്തെ പെരുന്നാൾ പക്ഷേ ദുരന്തപര്യവസായിയായി. എനിക്കു താഴെയുള്ള മൂന്ന് അനുജന്മാർക്കും മൊയ്തീനെളേപ്പ തന്നത് ഒറ്റത്തുണിയായിരുന്നു. കണ്ണൻമേസ്തിരി തുന്നിയ കുപ്പായം ഇത്ര വലിയ പരിഹാസത്തിലും അടിപിടിയിലും അവസാനിക്കുമെന്ന് ആരുകണ്ടു?

പെരുന്നാൾ നിസ്കാരത്തിന് ഞാനും അനുജന്മാരും പള്ളിയിലേക്കു പോകുമ്പോഴെ പന്തികേടു തോന്നിയതാണ്.

നത്ത് സുലൈമാനാണ് അതാദ്യം പറഞ്ഞത്.

ഇതെന്താ, മുറുക്കാൻകട മമ്മുഞ്ഞിക്കാന്റെ മിലിട്ടറിയോ?

ഒരേ യൂണിഫോം.

പെരുന്നാൾ നിസ്കാരം കഴിഞ്ഞതും ഞങ്ങൾ മക്കൾ പലരും പല വഴിക്കു ബോധപൂർവ്വംതന്നെ തിരിഞ്ഞുകളഞ്ഞു. എന്നിട്ടും തൊട്ടുതാഴെയുള്ള അനുജൻ ഹമീദിനെ പലവുരു കണ്ടുമുട്ടി. ദേഷ്യം സഹിക്കവയ്യാതെ അവൻ ഒരൊറ്റ ആട്ടാണ്.

ആള്കള് കളിയാക്ക്വാണ്. നീയെന്തിനാ ഞാൻ പോകുന്നിടത്തൊക്കെ വര്ന്നത്?

നീയല്ലേ വന്നത്?

അവൻ ദേഷ്യം കയറി ഒരൊറ്റ അടിയാണ് മുഖത്ത്.

ഈ പരിസരത്ത് കണ്ടാൽ ഞാൻ നിന്നെ കൊല്ലും!

അവന്റെ അടിയിൽ എന്റെ കവിൾ വീർത്തു.

ഒന്നാന്തരം പെരുന്നാൾ!

അപ്പഴേ മനസ്സിലോർത്തതാണ്. എങ്ങനെയെങ്കിലും ഒന്നു വലുതായാൽ മതി. ദുബായിൽ പോയിട്ട് ഒന്ന് തടിച്ചിട്ടു വരണം. എന്നിട്ടുവേണം ഇവനു നാലു കൊടുക്കാൻ - ഞാൻ എന്റെ എല്ലിൻരൂപത്തെ സ്വയം നോക്കി.

കാലം ഒരു പടവാണെന്നു സമ്മതിക്കുന്നു. പക്ഷേ താഴോട്ടോ മുകളിലോട്ടോ അതിന്റെ യാത്ര.

കൊക്കിക്കുരച്ചുവന്ന പഴയ ഫാർഗോ ബസ്സിനു പകരം വേറെയും ബസ്സുകൾ.

ആലിൻചുവട്ടിലെ ഉണങ്ങിയ ഇലകളെല്ലാം പാറിപ്പോയി. ഉറകുത്തിയ മരക്കാലിന്റെ തൂണുകൾ താങ്ങിനിൽക്കുന്ന പീടികകൾ പോയി. പുതിയ കോൺക്രീറ്റ് കെട്ടിടങ്ങൾ ഒന്നൊന്നായി അദ്ഭുതത്തോടെ പ്രവേശിക്കയായി. കുഞ്ഞിപ്പല്ലുകൾ കാട്ടിച്ചിരിക്കുന്ന മഞ്ഞവയലുകളെ ജീവനോടെ കുഴിച്ചുമൂടി.

ബീഡി തെറുക്കുന്ന ചെണ്ടിച്ചി അഹമ്മദും നത്ത് സുലൈമാനും വരെ ഗൾഫിലേക്കു പറന്നു.

നാടിന്റെ സർവമാറ്റങ്ങളിൽനിന്നും വേറിട്ട് ആലിൻചുവട്ടിൽ ഒന്നു മാത്രം മാറ്റങ്ങളില്ലാതെ നിന്നു. ഉപ്പയും ഉപ്പയുടെ മുറുക്കാൻകടയും.

റേഷൻ വാങ്ങാൻ പൈസ തികയില്ലെന്നു പറഞ്ഞ് ഉപ്പയുടെ മുന്നിൽ സ്വകാര്യം ഏങ്ങലടിച്ച മമ്മു ദുബായിൽപോയി ലീവിനു വന്ന് ഒരു പാക്കറ്റ് വിൽസിനു നൂറുരൂപ നോട്ടുകൊടുത്ത് ഉപ്പയെ വിരട്ടി.

ഇതിനിടയിൽ ഉപ്പാക്ക് മൊയ്തീനെളേപ്പ അയയ്ക്കുന്ന കത്തിൽ കേപ്റ്റൻ മൊയ്തീൻ എന്നുവെക്കാൻ തുടങ്ങി.

മൊയ്തീനെളേപ്പ നാട്ടിൽ വരുമ്പോഴൊക്കെ പെർഫ്യൂം ഗന്ധവും കൂടെ വന്നു.

ഞാനാദ്യമായി കേപ്റ്റൻ എന്നു കേൾക്കുകയായിരുന്നു. കപ്പലിന്റെ കാബിനിൽനിന്ന് സ്റ്റിയറിങ് തിരിക്കുന്ന മൊയ്തീനെളേപ്പായുടെ ബ്ലേക് ആന്റ് വൈറ്റ് ഫോട്ടോയും ഇതിനിടയ്ക്ക് അയച്ചുതന്നത് ഞങ്ങൾ ഫ്രെയിം ചെയ്ത് സൂക്ഷിച്ചു.

ഓരോ വരവിനും ഞങ്ങളുടെ കട്ടപ്പുരയിലെ കരാത്തറയിൽ യാതൊരു അഹംഭാവവുമില്ലാതെ അദ്ദേഹം കയറിയിരുന്ന് വെളുത്തു തടിച്ച തുടകൾ ഇരുവശങ്ങളിലേക്കും ആട്ടി. എത്രയും പെട്ടെന്ന് നീ പാസ്പോർട്ടെടുക്കണം എന്നു പലതവണ പറഞ്ഞു. ഈ വീട് നമുക്ക് പൊളിച്ച് പുതിയൊരെണ്ണമുണ്ടാക്കണം. ഓരോ തവണ വരുമ്പോഴും ഞങ്ങൾക്കായി എന്തെങ്കിലും കൊണ്ടുവരാൻ അദ്ദേഹം മറന്നില്ല.

പലപ്പോഴും ബ്രൂട്ടിന്റെ പച്ചനിറമുള്ള പെർഫ്യൂം. ഇടയ്ക്ക് ക്ലോക്ക്, ബോൾ പെൻ.

ചരിത്രത്തിലെ യാദൃച്ഛികത. മൊയ്തീനെളേപ്പ കൊണ്ടുവന്ന വസ്തുക്കൾ മിക്കവാറും വീട്ടിൽ കാലഹേതുവായി. മിക്കപ്പോഴും അടി കിട്ടിക്കൊണ്ടിരുന്നത് അനുജൻ ഹമീദിന്.

പെർഫ്യൂം പ്രിയനായ ഹമീദ് ഉപ്പ ഭദ്രമായി വലിപ്പിൽ വെച്ചു പൂട്ടിയേടത്തുനിന്ന് താക്കോൽ കട്ടെടുത്തു പൂശി എന്നതു വാസ്തവം. പക്ഷേ ഏത് ഒരേയൊരു തവണ എന്നു കരഞ്ഞു പറയുന്നു, ഹമീദ്. അല്ലെന്ന് ചൂരൽവടികൊണ്ടടിച്ചു ഉപ്പ. ഇല്ലെങ്കിൽ സ്പ്രേയുടെ നോബ് എങ്ങനെ

കേടാവും. ഉള്ളിൽ സ്പ്രേയുണ്ട്. പക്ഷേ അടിക്കാൻ നിവൃത്തിയില്ല. മറ്റു പലപ്പോഴായി മൊയ്തീനെളേപ്പ കൊണ്ടുവന്ന സ്പ്രേയുടെ കാര്യവും ഇങ്ങനെത്തന്നെ. മിക്കവാറും നോമ്പ് എളുപ്പം തെറിച്ചുപോകും. ആത്മാവിൽ അലയടിക്കുന്ന ആശയങ്ങൾ പുറത്തുവരാനാകാതെ ഉള്ളിൽ തിരയടിക്കുംപോലെ സ്പ്രേക്കുപ്പികൾ അങ്ങനെ പലതായി.

ക്ലോക്ക് കൊണ്ടുവന്നപ്പോഴും കിട്ടി അടി ഹമീദിന്. നാലാം ദിവസം ക്ലോക്ക് ഞങ്ങളുടെ മൺകട്ടച്ചുമരിൽ മരിച്ചുകിടന്നു. മൊയ്തീനെളേപ്പ അരുമയോടെ സമ്മാനിച്ച ബോൾപേനയും രണ്ടാംദിവസം ഉച്ചയ്ക്കു മുമ്പേ സ്തംഭിച്ചു. അശ്രദ്ധമായി കുത്തിവരച്ചിട്ടാവും എന്നു പറഞ്ഞ് ഹമീദിനു കിട്ടിയ അടിക്കു കണക്കില്ല.

കാലങ്ങൾക്കുശേഷം ഷാർജയിൽനിന്ന് അനുജൻ ഹമീദ് വിളിച്ചു ചോദിച്ചു.

ഇക്കാ, ഉപ്പ എന്നെ സ്ഥിരമായി അടിക്കാറുള്ള ആ ചൂരൽവടി വീട്ടിൽത്തന്നെ കാണുമോ?

ഞാൻ കൗതുകപൂർവ്വം ചിരിച്ചു.

എന്തേ?

ഞാനിപ്പോൾ വിളിക്കുന്നത് അജ്മാൻ-ഷാർജ ബോർഡറിലുള്ള വൺ ടൂ ത്രീ ദിർഹം ഷോപ്പിൽനിന്നാണ്.

അതും ചൂരലും തമ്മിലെന്ത്?

ആ ചൂരലുകൊണ്ട് മൊയ്തീനെളേപ്പാക്കിട്ട് നാലു കൊടുക്കാനാണ്. ബ്രൂട്ടിന്റെ ആ പച്ച സ്പ്രേക്കുപ്പി ഞാനിവിടെ കണ്ടു. ഒരു ദുർഹം. അതായത് ഇന്ത്യൻ മണി പത്തോ പന്ത്രണ്ടോ കൊടുത്താൻ ബ്രൂട്ടിന്റെ സുന്ദരമായ ഡ്യൂപ്ലിക്കേറ്റ് കിട്ടും. മൊയ്തീനെളേപ്പാ കൊണ്ടുവരാറുള്ള സാധനങ്ങളൊക്കെ ഞാനിവിടെ കണ്ടു.

ഒരു നിമിഷം ഞാൻ മൂകനായി.

സാരല്ല, പോട്ടെ ഹമീദേ, ഒടുവിൽ നിനക്ക് ഒറിജിനലുതന്നെ കണ്ടെത്താനായല്ലോ?

അപ്പോൾ എനിക്കു കിട്ടിയ അടിയോ?

കാലത്തിന്റെ രോമം ചിലപ്പോൾ മുള്ളുകൊണ്ടുണ്ടാക്കിയതാണ്.

പിന്നെ അവനൊന്നും പറഞ്ഞില്ല.

ഞാൻ തേങ്ങിയെന്ന് അവനറിഞ്ഞുകാണും.

ചിലർക്കു ജീവിതം ആക്രാന്തക്കച്ചവടമാണ്. നന്മ അവരിൽ നുരകുത്തിയൊഴുകും. പക്ഷേ പണം അവരെ അവിശ്വാസിയാക്കി കോമായിലിടും.

മൊയ്തീനെളേപ്പ പക്ഷേ ഒന്നും തന്നില്ലേ?

ദാരിദ്ര്യത്തിന്റെ നരകകാണ്ഡത്തിലും വാഗ്ദാനങ്ങൾ.

രണ്ട് എളേപ്പമാർ

നീയെന്തേ ഇനിയും പാസ്പോർട്ടെടുത്തില്ല?

ആ പാസ്പോർട്ട് കോപ്പി എനിക്കയച്ചുതരൂ.

നോക്കട്ടെ നമുക്കുടനെ ദുബായിലെത്തണം.

ജീവിതം മുളകുകഴുകിയ വെള്ളമായി കഴുത്തോളം മുങ്ങിനിൽക്കുമ്പോഴും പ്രതീക്ഷ, പ്രതീക്ഷ, പ്രതീക്ഷ.

നിലാവുള്ള രാത്രികളിൽ പാമ്പൻപുഴയിൽ വേലിയേറ്റം വന്നു വിജ്യംഭിച്ചു. പഴയ മരക്കട്ടിലിനു മീതെ വിരിച്ച പരുക്കൻ പുല്പായയിൽ വല്ല്യുമ്മയ്ക്കൊപ്പം കെട്ടിപ്പിടിച്ചുറങ്ങുമ്പോൾ ഞാൻ എത്രയോ വട്ടം സ്വപ്നം കണ്ടു. മൊയ്തീനെളേപ്പ അഴീക്കൽ തുറമുഖവും കടന്ന് പാമ്പൻപുഴയിലേക്കു തന്റെ കപ്പലുമായി വരുന്നു. ചക്രവാളങ്ങളിൽ പഴുത്തു നിൽക്കുന്ന പൗർണമിയെ നീക്കി കപ്പലിന്റെ ഉയരം വീട്ടുമുറ്റത്തെ കാഴ്ചയാവുന്നു. മൊയ്തീനെളേപ്പ കപ്പലിൽനിന്ന് ക്യാപ്റ്റന്റെ വെളുത്ത തൊപ്പിയൂരി എനിക്കുനേരെ വീശിക്കാണിക്കുന്നു: ഞാനിതാ എത്തി. നമ്മുടെ കഷ്ടപ്പാടുകൾ തീർന്നു. ടൈലർ ബാലേട്ടനെക്കൊണ്ട് ഇനി പഴയ കുപ്പായത്തിൽനിന്ന് നൂലുകൾ പിഴുത് തലതിരിച്ച് വീണ്ടും തയ്പിക്കില്ല. സിങ്കപ്പൂർ പല്ലൻഹാജിയുടെ മക്കൾ ഞങ്ങളുടെ ഓട്ടവീണ ട്രൗസർ നോക്കി പരഹസിക്കില്ല. ജീവിതം അതിമനോഹരമായി വിളിപ്പുറത്തുണ്ട്, എളേപ്പായും.

പക്ഷേ സംഭവിച്ചതൊക്കെ മറ്റെന്തൊക്കെയോ.

പാമ്പൻതോടിന്റെ വീതി കുറഞ്ഞുകുറഞ്ഞു വന്നു. അതിനു മുന്നിലെ കാടുകളും ഫാക്ടറികളും കാലത്തിൽ മൂടി.

കാദറെളേപ്പയെപ്പറ്റി കഥകൾ മാത്രം നാട്ടിലെത്തി. അബുദാബി മുസഫയിലുണ്ട്, ദേരാ ദുബായിലുണ്ട്. ഷാർജയിലുണ്ട്. അറബിയുടെ ചങ്ങാതി. ഫർണിച്ചർ കടയിലെ മേസ്തിരി. അറബി പാരീസിലേക്കു പോകുമ്പോൾ താക്കോലേല്പിക്കുന്ന ആൾ. എല്ലാം കാദറെളേപ്പ നിയന്ത്രിക്കുന്നു. പക്ഷേ രാത്രിയിൽ തായം കളിക്കാൻ മുട്ടും. ലക്ഷക്കണക്കിനു ദിർഹം മുച്ചീട്ടുകളി കൊണ്ടുപോയി. പാരീസിൽനിന്നും വന്ന് അറബി ജയിലിലടച്ചു. ഇപ്പോൾ പുറത്തിറങ്ങി എന്നു കേൾക്കുന്നു. ജോലിയും കൂലിയുമില്ലാതെ വന്നടിഞ്ഞ മനുഷ്യർക്ക് കാദറെളേപ്പയുടെ വീട് പൂട്ടാത്ത മുറിയായിരുന്നു. ഇപ്പോൾ പരിചയക്കാരൊക്കെ ഒഴിഞ്ഞു നടക്കുന്നു.

ഉപ്പ രാത്രിയെപ്പോഴോ ഞെട്ടിയുണർന്ന് സുന്നത്ത് നിസ്കരിച്ചു. കരഞ്ഞ് ദുആ ഇരന്നു.

ഹമീദിന് അപ്പോഴേക്കും മീശയൊക്കെ മുളച്ചുകഴിഞ്ഞിരുന്നു. മരമില്ലിൽ ചാപ്പകുത്തലായിരുന്നു പണി.

ഒരിക്കൽ അവൻ പൊട്ടിത്തെറിച്ചു:

പഠിച്ചിട്ടും പാസ്പോർട്ടെടുത്തിട്ടും എന്തു കാര്യം. നമുക്കാരാണ് ഉള്ളത്? രണ്ടു നായ്ക്കള്!

ഉമ്മ തടഞ്ഞു.

അങ്ങനെ പറയരുത്. ക്ഷമ ഈമാനിന്റെ* പകുതിയാണ്.

മൊയ്തീനെളേപ്പ ഒരു ദിർഹംകൂടി ചോർന്നുപോകാതെ നാട്ടിലേക്കു പണമയച്ച് സ്വത്തുക്കളനവധി വാങ്ങിക്കൂട്ടി. നിരത്തുവക്കിലുയർന്ന കോൺക്രീറ്റ് കെട്ടിടങ്ങളൊക്കെ മൂപ്പരുടേതാണെന്നു പലരും പറഞ്ഞ റിഞ്ഞു. മൊയ്തീനെളേപ്പ നാട്ടിലെത്തുമ്പോൾ വിശ്രമിക്കണമെന്നു തോന്നുമ്പോൾ ഞങ്ങളുടെ കട്ടപ്പുരയിലെത്തും. യാതൊരഹങ്കാരവു മില്ലാത്ത മനുഷ്യൻ! അയൽക്കാർ പറയും. കോടീശ്വരനാണെങ്കിലും എന്തൊരു ലാളിത്യം.

ഹമീദ് പറഞ്ഞു: ഇതിന്റെ പേര് ലാളിത്യമെന്നല്ല. അള്ളാനെ കളിയാ ക്കലാണ്. അനുഭവിക്കും.

അനുഭവിച്ചു. വറ്റിന്റെ വിലയറിയാതെ, പണത്തിന്റെ ഉപയോഗമറി യാതെ മക്കൾ ധാരാളികളായി, മർക്കടമുഷ്ടിക്കാരായി. മൊയ്തീനെളേപ്പ മറച്ചുവെച്ച അഹന്ത മക്കൾ ഉത്സവമാക്കി പൊടിപൊടിച്ചു. ഒടുവിൽ അറു പതാമത്തെ വയസ്സിൽ തിരിച്ചെത്തുമ്പോൾ മക്കളും ഭാര്യയും എല്ലാം കൈയടക്കിക്കഴിഞ്ഞിരുന്നു. തടിച്ച ശരീരം രോഗത്തിനുവേണ്ടി മാത്രം ചീർത്തുനിന്നു. വീട്ടിൽനിന്നു പുറത്തായെന്നു കേട്ടപ്പോൾ ഉപ്പ ആളെ വിട്ടു. ഓനോട് പീടികക്കോലായിലൊന്നും കിടന്ന് നേരം വെളുപ്പിക്കരു തെന്നു പറേണം. ഇവിടെ ആ പഴയ കീറപ്പായ ഇപ്പോഴുമുണ്ടെന്നും.

അപ്പോഴേക്കും ഉപ്പ വീട്ടുപരിസരം വിട്ടുപോകാൻ പറ്റാത്തവിധം അനാ രോഗ്യവാനായിക്കഴിഞ്ഞിരുന്നു. ഹമീദ് ക്ഷോഭത്തിന്റെ ഒരു നിശ്ചലഛായാ ചിത്രമാണെപ്പോഴും. അവന്റെ കോലൻമുടി ആരോടോ ഉള്ള പ്രതിഷേധം പോലെ എപ്പോഴും എഴുന്നുനിന്നു. തോറ്റുകൊടുക്കാൻ അവന് ഒട്ടും സമ്മതമില്ലായിരുന്നു.

വാശിപ്പുറത്ത് സംഘടിപ്പിച്ച ഒരു വിസയുമായി അവൻ ബോംബെ യ്ക്കു വണ്ടി കയറി.

ഹമീദിന്റെ 'ചരിത്രപ്രസിദ്ധമായ നാലു വിസാ ആക്രമണങ്ങൾ' എന്ന് ഞാനതിനെ കളിയാക്കി വിളിക്കാറുണ്ട്. ചതിക്കുഴിയിലും കാപട്യങ്ങളിലും അവൻ പലതവണ ചെന്നുവീണു. പിന്നെ എല്ലാം പറിച്ചെടുത്തു. അഞ്ചാ മത്തെ വിസയിൽ ആൾ കരപിടിച്ചു. വീടൊക്കെ പുതുക്കിപ്പണിതു. ഒരു ദിവസം ഉച്ചകഴിഞ്ഞനേരത്ത് ഫോണിന്റെ അങ്ങേയറ്റത്ത് ഹമീദ്.

ഞാൻ പലതവണ ഹലോ പറഞ്ഞിട്ടും മറുപടിയില്ല.

പെട്ടെന്ന് അണക്കെട്ട് പൊട്ടിയൊലിക്കുംപോലെ ഒരൊറ്റക്കരച്ചിലാണ്. ഇക്കാക്കാ, നിങ്ങടെ വിസ റെഡി...! നമ്മളെ ഇത്രയും കാലം മോഹി പ്പിച്ചു പറ്റിച്ച ആ വിസ.

---
* ദൈവവിശ്വാസം

കഫ്റ്റീരിയയിലെ ചായക്കാരൻ മിച്ചംപിടിച്ച സമ്പാദ്യം. വിസയ്ക്കുള്ള പണം അവൻ ഒരു ചില്ലിക്കാശുപോലും കളയാതെ കിതപ്പോടെ കൂട്ടി വെച്ചു.

ഇക്കാ ഇനി കണ്ട ട്യൂട്ടോറിയലിലൊന്നും നക്കാപ്പിച്ചയ്ക്കു പണി യെടുക്കാൻ നിക്കണ്ടാ...

അവന്റെ കരച്ചിൽ പിന്നെയും വിങ്ങിക്കുതിച്ചെത്തി.

ഞാൻ ചിരിച്ചു.

എടാ, ഓവർസീസ് കോളാണ്. കരയാനും പൈസ കൊടുക്കണം.

കുറെക്കഴിഞ്ഞ് അവൻ ചിരിച്ച് ഫോൺ വെച്ചു.

ദുബായിൽ പോകുംമുമ്പ് ഉപ്പ പ്രത്യേകം പറഞ്ഞേല്പിച്ചു.

ഹമീദ് വേണ്ടാന്നൊക്കെ പറയും. നീയൊന്ന് കാദറിനെ കണ്ടുപിടി ക്കാൻ നോക്കണം. ഓന്റെ സ്ഥിതിയെന്താണെന്നും.

എങ്ങനെ? ഒരു ഫോൺനമ്പർപോലുമില്ല. ഭാഗ്യത്തിന് പഴയൊരു വിലാസം കുറിച്ചെടുത്തിരുന്നു. അന്വേഷണം വഴിമുട്ടിയെന്നു തോന്നിയ പ്പോൾ പരീക്ഷണാത്മകമായി ഒരു കത്തിട്ടു.

പ്രിയപ്പെട്ട കാദറെളേപ്പാക്ക്,

ഞാൻ ബാഹിസ്. വന്നിട്ട് ഒരാഴ്ച കഴിഞ്ഞതേയുള്ളൂ. ദുബായിലുണ്ട്. നിങ്ങളെ അന്വേഷിക്കാനൊരിടവുമില്ല. എവിടെയാണ്? കത്തു കിട്ടിയാൽ ഇതോടൊപ്പമയയ്ക്കുന്ന നമ്പറിൽ ഒന്നു വിളിക്കുമോ?

കത്തുകിട്ടുമോ? കിട്ടിയാൽത്തന്നെ കാദറെളേപ്പാക്ക് ആരാണു വായിച്ചു കൊടുക്കുക?

അപ്രതീക്ഷിതമായാണ് ആ ഫോൺ വന്നത്. കാദറെളേപ്പ.

നീയെവിടെയാ?

ആകാംക്ഷാഭരിതമായ കാത്തിരുപ്പ്.

കഷണ്ടി ബാധിച്ച ഒരു സുഡാനിയെന്നേ തോന്നിയുള്ളൂ. കറുത്തു കരിവാളിച്ചിരിക്കുന്നു. ചുരുണ്ട് ഇടതിങ്ങിയ മുടിയൊക്കെ പോയിരിക്കുന്നു. വർഷങ്ങളായി ചിരിച്ച മുഖം.

വന്നതും വേറെയൊന്നും ചോദിച്ചില്ല. നൂറ് ദിർഹത്തിന്റെ മുഷിഞ്ഞ ഒരു കറൻസിയെടുത്ത് എന്റെ പോക്കറ്റിലിട്ട് ഒരൊറ്റ പോക്ക്.

നീ വന്നതല്ലേയുള്ളൂ. ആവശ്യം കാണും. എനിക്കു വേറെ ഗതി യൊന്നുമില്ല.

ഏതോ പുസ്തകത്തിൽനിന്ന് മനസ്സില്ലാമനസ്സോടെ കാണാപ്പാഠം പഠിച്ചതുപോലെയായിരുന്നു ആ വാക്ക്. ശബ്ദത്തിലെവിടെയും കയറ്റി റക്കങ്ങളില്ല. വികാരത്തിന്റെ നനവുമില്ല.

സ്തംഭിച്ചിരിക്കേ, റോഡ് മുറിച്ച് ഏതോ ഗലിയിലേക്ക് നൂണ്ടുകളഞ്ഞു.

എത്ര പരതിയാലും കണ്ടുപിടിക്കാൻ പറ്റാത്തവിധം മരണാസന്നമായ വാർധക്യം വന്നാൽ കാട്ടാനകൾ ഒറ്റയ്ക്ക് ഉൾവനത്തിലേക്കു വലിയും പോലെ. എനിക്കു മുന്നിലൂടെ അനവധി രാജ്യങ്ങളും വേഷങ്ങളും ചുറ്റിത്തിരിഞ്ഞു. ആയിരം ഭാഷകളുടെ കലപിലയ്ക്കിടയിൽ ഞാൻ ഒറ്റയ്ക്കായി.

കാലത്ത് തുടർച്ചയായ ഫോൺവിളി കേട്ടാണുണർന്നത്. തലേന്നു രാത്രി വളരെ വൈകിയുറങ്ങിയ ഉണർച്ചയിൽ നാട്ടിലാണ് എന്നൊരു നിമിഷം തോന്നി.

അങ്ങേത്തലയ്ക്കൽ പരിചയക്കാരനൊരാളാണ്. ഇന്നത്തെ പത്രം കണ്ടില്ലേ?

എന്തുപറ്റി?

അജ്ഞാതമലയാളി അബോധാവസ്ഥയിൽ ആശുപത്രിയിൽ. ഫോട്ടോ കണ്ടിട്ട് നിന്റെ ബന്ധു കാദർക്കയെപ്പോലിരിക്കുന്നു.

ഊഹം ശരിയായിരുന്നു.

ഉടൻ ഹമീദിനെയും വിളിച്ച് മുസഫയിലേക്കു വിട്ടു.

വീട്ടിലിപ്പോൾ ആവശ്യത്തിനു മുറികളുണ്ട്. സൗകര്യവും. ഉപ്പാക്ക് ഒരു സമാധാനവും ആകും. മറ്റെങ്ങും പോകണ്ടാ. ആരോടും വാശി വേണ്ട. ആവശ്യത്തിനുള്ള മാസച്ചെലവ് ഞാൻ അയച്ചോളാം.

അപ്പോഴും നോക്കി. നീണ്ടുനിവർന്ന നിർവികാരമായ ഒരു നോട്ടം.

പത്തുമുപ്പത്തഞ്ചു വർഷത്തെ ജീവിതം. ലക്ഷങ്ങൾ കൈകളിൽ വന്നു മറിഞ്ഞുപോയി. വന്നതുപോലെ തിരിച്ചുപോകുന്നു. സാരമില്ല. നാട്ടിലെത്തുമ്പോൾ ഇരുണ്ട പച്ചകാണുമ്പോൾ ഉള്ളിൽ തണുപ്പുദിക്കും. പഴയ ആ തായപ്പലകയും കൂട്ടിനു കളിക്കാൻ മൊയ്തീനെളേപ്പയുമുണ്ട്.

വിമാനം കയറാൻ വന്ന പരിചയക്കാരനോട് പ്രത്യേകം പറഞ്ഞേല്പിച്ചു:

ന്റെ എളേപ്പയാണ്. സുഖമില്ലാതെ നാട്ടിലേക്കു പോവുകയാണ് ഒരു ശ്രദ്ധ വേണേ...

അടുത്ത ലീവിനു ചെന്നപ്പോൾ ഉപ്പ പതിവില്ലാതെ ഉന്മേഷവാനായി കാണപ്പെട്ടു. കാരണം വേറെയൊന്നുമല്ല എന്നെനിക്കറിയാമായിരുന്നു. പഴയ ആ ചാരുകസേരയിലിരുന്നു നോക്കുമ്പോൾ മുറ്റത്ത് കള്ളിപ്പലക യിട്ട് വാശിയോടെ തായം കളിക്കുന്ന മൊയ്തീനെളേപ്പയെയും കാദറെളേപ്പയെയും കാണാം. കഴിഞ്ഞ തവണ വന്നപ്പോൾ ഞാൻ രണ്ടു പേർക്കുമായി വാങ്ങിക്കൊടുത്ത കണ്ണട മൂക്കിലേക്ക് ഇടയ്ക്കിടെ ഉന്തി ഇരുവരും വാശിയോടെ തായം കളിച്ചുകൊണ്ടിരിക്കുന്നു. അവരെ നോക്കി യിരിക്കേ ഉപ്പയുടെ ചുണ്ടിൽ ഗൂഢമായ ഒരു പുഞ്ചിരി പകൽനിലാവു പോലെ പുരണ്ടിരിക്കുന്നു. ഇടയ്ക്ക് കട്ടൻചായയുമായി ഉമ്മ അടുത്തു ചെല്ലുന്നു. എന്നിട്ട് മരിച്ചുപോയ വല്യുമ്മയെപ്പോലെ പറയുന്നു:

99

എന്നാലും ഒരു മടുപ്പുമില്ല നിങ്ങൾക്ക്? രാവിലെ തൊടങ്ങിയ കളിയാ.

മൊയ്തീനെളേപ്പ ചിരിച്ചുകൊണ്ടു പറയുന്നു:

ഇത്തവണയെങ്കിലും ഇവനോടു ജയിക്കണം.

മൊയ്തീനെളേപ്പാക്കും കാദറെളേപ്പാക്കും ഒരു കവറിലിട്ടാണ് കത്തുകൾ രണ്ടുമയയ്ക്കുക. അവർക്കുവേണ്ടി ബാങ്കിൽ പ്രത്യേകം രണ്ട് അക്കൗണ്ടുകൾ തുടങ്ങിയിട്ടാണ് ആ തവണ ഞാൻ ലീവുകഴിഞ്ഞ് വിമാനം കയറിയത്.

രണ്ടുപേർക്കും പ്രത്യേകം വെവ്വേറെ ചെക്കുകൾ മുറതെറ്റാതെ അയയ്ക്കും. കത്തുകൾ പക്ഷേ ഒരുമിച്ചും. കാരണം, കാദറെളേപ്പാക്ക് എഴുത്തും വായനയുമറിയില്ല.

ഹിന്ദിയിൽ മ എന്നെഴുതുന്നതുപോലെ ചെറിയൊരു ഒപ്പിടാനറിയാം അത്രമാത്രം. ആയിടെ മൊയ്തീനെളേപ്പാന്റെ ഒരു കത്തുവന്നു. ഒബിയില്ലാഹി തൗഫീക്ക്. പടച്ചവന്റെ വേണ്ടുകയാൽ എനിക്കേറ്റവും പ്രിയംനിറഞ്ഞ ബാഹിസ്മോനറിയുവാൻ മൊയ്തീനെളേപ്പായും കാദറെളേപ്പായും എഴുതുന്നതെന്തെന്നുവെച്ചാൽ, നീ ഈ മാസവും അയച്ച പൈസ കിട്ടി....

പിന്നെ കുറെ നാട്ടുവർത്തമാനങ്ങൾ. സ്നേഹപൂർവ്വം നിർത്തുന്നു. എന്ന് സ്വന്തം കേപ്റ്റൻ മൊയ്തീൻ. ഒപ്പ്. ഒപ്പിനു താഴെ മൊയ്തിനെളേപ്പാക്ക് എത്ര ശ്രമിച്ചിട്ടും എഴുതാതിരിക്കാൻ കഴിയാത്ത രണ്ടു വാക്യങ്ങൾ ഒന്നിച്ച് ഒറ്റപ്പെട്ട ഒരു ദ്വീപുപോലെ വേറിട്ടുനിൽക്കുന്നു.

പിന്നെ എന്റെയത്രയും പൈസയുടെ ആവശ്യം കാദറിനിവിടെയില്ലാത്തതിനാൽ അവന് അഞ്ഞൂറുറുപ്പിക കുറച്ച് അയച്ചാൽ മതി. പൈസ കണ്ടമാനം കളയാതെ സൂക്ഷിച്ചു വെക്കണം. നാളെ നമുക്ക് അതേ ഉപകരിക്കൂ.

■

ഈ മഴയെക്കൊണ്ടു തോറ്റു

മഴ പെയ്തതേയില്ല കഴിഞ്ഞ കർക്കടകത്തിൽ. പുറത്ത് വെയിൽ മാത്രമായിരുന്നു.

ഇനി അറിയാതെ കർക്കടകം കടന്നുപോയതാണോ?

നഗരത്തിലെ ജീവിതം അങ്ങനെയാണ്. ഓവുചാലിൽ ചപ്പുചവറുകൾ നിറഞ്ഞ് വെള്ളം തടസ്സപ്പെട്ട് റോഡിനെ മുക്കി ഉയരുമ്പോഴോ ഒരിടി വെട്ട് കേട്ട് ജനാല തുറക്കുമ്പോഴോ മാത്രമാണ് അറിയുക, പ്രകൃതി കൂടി നമ്മുടെ ജീവിതത്തോടൊപ്പം സഞ്ചരിക്കുന്നുണ്ടെന്ന്.

ഈ പതിമൂന്നാം നിലയിലെ ഫ്ളാറ്റിൽ ജീവിതം പലപ്പോഴും ഒരനസ്തേഷ്യ. ഇടയ്ക്ക് അതികാലത്തെഴുന്നേറ്റുപോയാൽ വാഷ്ബേസിനു മുന്നിലെ കണ്ണാടിക്കു മുന്നിലെത്തുമ്പോഴാണ് ഒരു ഞെട്ടലോടെ ഇതല്ലല്ലോ ഞാൻ എന്നു തിരിച്ചറിയുക. പ്രായമായിരിക്കുന്നു. ഞാൻ കുട്ടിക്കാലത്ത് ബാർബർഷാപ്പിൽ വെച്ചു കണ്ട വൃദ്ധനായ ഒരാളാണിത്. വല്ലാതെ ചീർത്തിരിക്കുന്നു മുഖം.

നാടുവിട്ടിട്ട് എത്ര കാലമായിട്ടുണ്ടാവും? വേണമെങ്കിൽ കാറോടിച്ചു പോയാൽ നാലുനാലര മണിക്കൂർകൊണ്ട് ഗ്രാമത്തിലെത്താം. ഇരുണ്ട പച്ചയുടെയും വഴുക്കലിന്റെയും ഗൃഹാതുരത്വം. പക്ഷേ അതസാധ്യമാക്കി ത്തീർക്കുകയാണ് ജീവിതം. വല്ലപ്പോഴും ഒത്തുകിട്ടുന്ന മഴയാണത്, വിനാശങ്ങളുടെയും ഉരുൾപൊട്ടലിന്റെയും ഓർമകളുണ്ടെങ്കിലും.

പിണങ്ങിപ്പോയതെന്തിനായിരുന്നു, അവൾ? അതല്ലെങ്കിൽ അതൊരു പിണക്കമായിരുന്നോ?

നോക്കൂ, നല്ല സുഹൃത്തുക്കളായിത്തന്നെ നമുക്ക് സെപ്പറേറ്റ് ചെയ്യാം. വെറുതെ തർക്കിച്ചും ഈഗോയെ മുറിവേല്പിച്ചും ഇടയ്ക്ക് ഒച്ചയെടുത്തും പരസ്പരം അടിച്ചേല്പിച്ചും എനിക്കു മതിയായി. നിങ്ങൾ പറയുന്ന തൊന്നും സത്യം പറഞ്ഞാൽ എനിക്കു മനസ്സിലാവുന്നേയില്ല. ഒരു സോഫ്റ്റ്‌വെയർ എഞ്ചിനീയർക്ക് ഒരു റിമോട്ട് വില്ലേജിൽ പോയി എന്തു ചെയ്യാനാ ഉള്ളത്? ശ്രദ്ധിക്കണം എന്നെത്ര പറഞ്ഞിട്ടും നിങ്ങളുടെ ദുരാഗ്രഹത്തിന്റെ ഫലം ഞാനനുഭവിച്ചു. ഒന്നല്ല, രണ്ടു തവണ. എന്റെയീ

101

പ്രായത്തിൽ തുടരെയുള്ള രണ്ട് അബോർഷൻ. ബോഡി അതൊന്നു റിക്കവർ ചെയ്തെടുക്കാൻ എത്ര കാലം പിടിക്കുമെന്നാ. സെയ്ഫല്ല എന്നു ഞാനലറുന്നതിനിടയിലും നിങ്ങളതു സാധിച്ചു... റേപ്പിന് എനിക്കു വേണമെങ്കിൽ നിങ്ങളെ അകത്താക്കാമായിരുന്നു. ഞാനത് ചെയ്യാത്തത് എന്തുകൊണ്ടാണെന്ന് അല്പമാലോചിച്ചാൽ മനസ്സിലാവും. മാര്യേജിനു മുമ്പ് ഞാൻ മുന്നോട്ടുവെച്ച കണ്ടീഷൻസൊക്കെ കാറ്റിൽ പറത്തി, നിങ്ങൾ. ഫ്രണ്ട്സ് നൂറുതവണ വാൺ ചെയ്തതായിരുന്നു. ഈ പുതിയ കാലത്ത് ജാതിയും മതവുമല്ല പ്രശ്നമുണ്ടാക്കുക, അർബൻ-വില്ലേജ് ഡിഫ്രൻസായിരിക്കുമെന്ന്. കേട്ടില്ല, ഞാൻ. നിങ്ങൾ സിവിലൈസ്ഡാണെന്ന് എന്നെ തെറ്റിദ്ധരിപ്പിച്ചു. ബർമുഡ ധരിച്ചു നടക്കുമ്പോഴും നിങ്ങളുടെ ഉള്ളിൽ ലുങ്കിയായിരുന്നു... പോട്ടെ, വെറുതെ ആവശ്യമില്ലാത്ത കാര്യങ്ങൾ. സീ, എനിക്ക് നിങ്ങളോട് വെറുപ്പൊന്നുമില്ല. വല്ലാത്തൊരു പെറ്റി ആയ സിമ്പതിയാണ്. സത്യം പറഞ്ഞാൽ എന്റെ പ്രധാന പ്രശ്നം നിങ്ങളെ, നിങ്ങളെ മനസ്സിലാവുന്നില്ല എന്നതാണ്. ഞാൻ ആവർത്തിച്ചു പറഞ്ഞിട്ടും നിങ്ങൾക്കതൊന്നും മനസ്സിലാവുന്നില്ല എന്നതാണ്. റെയിൻസീസണിൽ സിറ്റിയിലെ ഓടയിൽ ചപ്പുചവറു നിറഞ്ഞപോലെ... ഹൊ! എന്താ പറയ്യാ...!

ഒരു പഴയ ചെരുപ്പ് മാത്രം അവളുടേതായി ഈ വീട്ടിലുണ്ട്. വാറു പൊട്ടിയ ആ തുകൽചെരുപ്പിൽ ഇടയ്ക്ക് ഫംഗസ് പൊട്ടുകുത്താൻ തുടങ്ങുമ്പോഴൊക്കെ അത്യധികമായ സ്നേഹത്താൽ അത് തുടച്ചു വെക്കും.

ഇടയ്ക്ക് അമ്മ ഫോൺ ചെയ്ത് ചോദിക്കും: എന്നാണ് ഇനി നീ അവളേയുംകൊണ്ട് ഈ വഴി?

ഒറ്റയ്ക്ക് കയറിപ്പോകുമ്പോഴൊക്കെ പിറകിൽ അവളെ തിരയും, അമ്മ.

നൂറുനൂറു കള്ളങ്ങൾ

പെട്ടെന്ന് വീട്ടിൽ നിന്നിറങ്ങും.

വീട് എപ്പോഴും വായ തുറന്ന ഒരു ബീഭത്സജന്തുവാണ്. അത് അടച്ചു കളഞ്ഞ് ദഹിപ്പിച്ചേക്കുമോ എന്ന ഭയം സ്വകാര്യമായി കുട്ടിക്കാലങ്ങളെ വേട്ടയാടി.

വീട്ടിനകത്ത് ഒരിക്കലും പുതുക്കിപ്പണിയാൻ സമ്മതിക്കാത്ത ഏതോ ആത്മാവ് ഇരുട്ടായി അകത്ത് പതുങ്ങിക്കിടക്കുന്നു. പത്തിരുനൂറു കിലോമീറ്റർ ഓടി കാറ് മുറ്റത്തു നിർത്തിയാൽ മനസ്സ് പുറത്തിറങ്ങാതെ മടിച്ചിരിക്കും. ഒടുവിൽ ശരീരം പുറത്തേക്ക് ഇറങ്ങും. മനസ്സ് വാശിപിടിച്ച് അകത്ത് കൂനിപ്പിടിച്ചിരിക്കും. പെട്ടെന്ന് തിരിച്ചുപോകാനുള്ളതാണ്, കയറൂ, കാറിൽക്കയറൂ എന്ന് പുറത്തു നിർത്തിയിട്ട കാറിനകത്തെ ആത്മാവ് വിലപിച്ചുകൊണ്ടിരിക്കും.

അവളുടെ വേർപാടുണ്ടാക്കിയ നിസ്സംഗത ക്രമേണ ഏകാന്തതയുടെ പല ഞടുക്കങ്ങളായി തേടിയെത്തി. ഒരേ ഭാഷയിൽ സംസാരിച്ചിട്ടും പലപ്പോഴും പരസ്പരം ഒന്നും മനസ്സിലാവുന്നില്ലെന്ന് ഏറെ വൈകിയാണ് അറിഞ്ഞത്.

ഇടയ്ക്ക് അവൾ ബാക്കിവെച്ച അഭൗതികമായ ഗന്ധം തന്നെ ചുറ്റിപ്പൊതിയുമ്പോൾ ഈ ലോകത്തെ എല്ലാ ബന്ധങ്ങളും വിച്ഛേദിച്ച് ദീർഘനാൾ ഏതെങ്കിലും വനാന്തർഭാഗത്തേക്കു തിരോഭവിക്കണമെന്ന് കരയും പോലെ ആഗ്രഹിക്കും. മൊബൈൽ ഓഫ് ചെയ്തിടും. ലാൻഡ് ഫോൺ ക്രെഡിലിൽനിന്നിറക്കിവെക്കും. ആര് വന്ന് ബെല്ലടിച്ചാലും തുറക്കില്ല. അപരിചിതരായി അവർ തിരിച്ചുപോകുന്നത് പീപ്പിങ്ഹോളിലൂടെ നോക്കും.

അങ്ങനെയുള്ള നാളുകളിലാണ് അതുണ്ടായത്.

രണ്ട്

തുടർച്ചയായ കോളിങ്ബെല്ല് കേട്ടാണുണർന്നത്. അസഹ്യതയോടെ എഴുന്നേറ്റ് പീപ്പിങ്ഹോളിലൂടെ നോക്കുമ്പോൾ അടുത്ത വീട്ടിലെ തോമസ്കുട്ടി. വാതിൽ തുറന്നപ്പോൾ കൈയിലെ മൊബൈലിൽ ചെവി വെച്ച്, കൊടുക്കാം എന്നു പറഞ്ഞ് നേരെ നീട്ടി.

യാതൊരു മുഖവുരയുമില്ലാതെ അവൻ, ആ പോൾ.

താൻ എന്തൊരു മനുഷ്യനാണ്. ഉച്ചതൊട്ട് വിളിക്കുന്നു ഞാൻ. സകല ഫോണും ഓഫാക്കിവെച്ചിരിക്കയാണ്, അല്ലേ?

ചെറിയൊരു ഡിപ്രഷൻ മൂഡ്.

തോമസ്കുട്ടി കേൾക്കാത്തവിധം പറഞ്ഞൊപ്പിച്ചു.

അപ്പുറത്ത് ഒരല്പം നിശ്ശബ്ദത.

വിളിച്ച കാര്യം പറയൂ.

നിന്റെ അച്ഛനിവിടെ വന്നിട്ടുണ്ട്.

അച്ഛനോ?

കറങ്ങിത്തിരിഞ്ഞ് ഭാഗ്യത്തിനാ, എന്റെ കടയിൽത്തന്നെ കയറിയത്. ഈ സിറ്റീല് എവിടെയാന്നു കരുതിയാ.

അച്ഛനെങ്ങനെയവിടെയെത്തി? കാർ സ്റ്റാർട്ട് ചെയ്ത് ശരവേഗത്തിൽ ഞാനവന്റെ ഷോപ്പിലെത്തി.

നോക്കുമ്പോൾ ചെറിയൊരു റെക്സിൻബാഗും തൂക്കി അച്ഛൻ പോളിന്റെയടുത്തിരുന്ന് കഥ പറയുന്നു.

കണ്ടതും സംസാരം നിർത്തി അച്ഛൻ വല്ലാതായൊന്ന് എന്നെ നോക്കി.

പോൾ പറഞ്ഞു:

മഹാഭാഗ്യംന്നല്ലാതെന്തു പറയാൻ. ഒരു ഫോൺ ചെയ്തു തരുമോയെന്നും പറഞ്ഞ് ഈ മൊബൈൽഷോറൂമിൽ അച്ഛനെപ്പോലൊരു ഗ്രാമീണനല്ലാതെ മറ്റാര് വരാൻ? നമ്പര് നോക്കിയപ്പോൾ ഒരു പരിചയം. രണ്ട് വർത്താനം പറയുമ്പഴക്ക് ആളെ മനസ്സിലായി. എങ്ങും അലഞ്ഞു തിരിയണ്ടാ, ഞാനാളെ ഇങ്ങോട്ടെത്തിക്കും എന്നു പറഞ്ഞപ്പഴാ ആൾക്കൊരു സമാധാനമായത്. പിന്നെ ചായേം വർത്തമാനവുമൊക്കെയായി ഞങ്ങളിങ്ങനെ കഥ പറഞ്ഞോണ്ടിരുന്നു. നീ മൊബൈൽ തുറക്കുന്നതും കാത്ത്. എവിടെ! ഭാഗ്യത്തിന് തോമസ്കുട്ടിയുടെ അളിയനൊരാളിന്റെ നമ്പർ എങ്ങനെയെല്ലാമോ തപ്പിപ്പിടിച്ചു. വല്ലാത്തൊരാളാ നീയ്യ്.

ഒരു മുന്നറിയിപ്പുമില്ലാതെ ആദ്യമായാണിങ്ങനെ അച്ഛൻ.

ബാഗ് വാങ്ങി പിൻസീറ്റിൽ വെച്ച് അച്ഛനു ഡോർ തുറന്നുകൊടുത്തു.

യാത്ര പറയുംമുമ്പ് പോൾ പറഞ്ഞു: അച്ഛനീ വഴിയൊക്കെ ഇടയ്ക്ക് വരണം. പിന്നെ എന്നെ നോക്കി ചിരിച്ചുകൊണ്ടു പോൾ പറഞ്ഞു.

തന്നെക്കാൾ ഫ്രണ്ടാണിപ്പോൾ എനിക്കു നിന്റെ അച്ഛൻ!

ഒരു മന്ദഹാസത്തോടെ കാർ സ്റ്റാർട്ടു ചെയ്തു.

ഏറെപ്പറയാനുള്ളതുകൊണ്ട് അച്ഛന് ഒന്നും പറയാൻ കഴിഞ്ഞില്ല, താൻ ചോദിച്ചുമില്ല.

സിഗ്നലിൽ ഗ്രീൻലൈറ്റിനുവേണ്ടി കാത്തുനിൽക്കുമ്പോൾ മനസ്സിലേക്ക് ചെറിയൊരു ആധി പടർന്നുകയറിക്കൊണ്ടിരുന്നു.

അവളെപ്പറ്റി അച്ഛൻ ചോദിക്കുമ്പോൾ പറയേണ്ട വാക്കുകൾ സ്വരൂപിച്ചുവെച്ചു കഴിഞ്ഞിരുന്നു. എന്നാൽ മുറിയിൽ അലങ്കോലമായിക്കിടക്കുന്ന വസ്തുക്കൾ അച്ഛനെ അരിശം പിടിപ്പിക്കുമോ, അതെങ്ങനെ കൈകാര്യം ചെയ്യാം എന്ന ആലോചനയിൽ തരിച്ചുനിന്നു. ഗ്രീൻലൈറ്റ് തെളിഞ്ഞിട്ടും സ്തംഭിച്ചുനിൽക്കുന്ന കാറിനു പിന്നിൽനിന്ന് അലറിപ്പൊളിക്കുന്ന ഹോണടികൾ മുഴങ്ങി. ഒരൊറ്റ സെക്കൻഡിന്റെ സാവകാശം പോലും നഗരം തനിക്കൊരിക്കലും നൽകിയിട്ടില്ല. തന്റെയുള്ളിലെ ജന്മസിദ്ധമായ ശാന്തിയിൽ അതു നിക്ഷേപിച്ച് മനസ്സ് മറ്റെങ്ങോ പൂഴ്ത്തിവെക്കും. വേറെന്തു ചെയ്യാൻ.

ഫ്ളാറ്റ് തുറന്ന് ലൈറ്റിട്ടതും അച്ഛൻ ചോദിച്ചു:

അവളെവിടെപ്പോയി?

കരുതിവെച്ച മറുപടി ചുണ്ടിൽ കാത്തുനിൽക്കുകയായിരുന്നു.

ഒരാഴ്ചയായി അവളുടെ വീട്ടിലാണ്. ഒരു പരീക്ഷ.

എന്നു തുടങ്ങിയതാണ് നിങ്ങടെയൊക്കെ ഈ പരീക്ഷകൾ. ഇതിനൊരവസാനമില്ലേ...? നിനക്കാരാ ചോറൊക്കെ വെച്ച് തരിക?

വിളിച്ചുപറഞ്ഞാൽ ആവശ്യമുള്ളതെന്തും മുറ്റത്തെത്തും. അച്ഛനെന്താണ് കുടിക്കാൻ വേണ്ടത്?

അടുക്കളയിൽക്കയറി സ്വിച്ചിനു പരതുന്ന അച്ഛനെ സഹായിച്ചു.

എനിക്കൊരു കട്ടൻചായയാണ് വേണ്ടത്. അത് ഓർഡർ ചെയ്യണ്ട. നമുക്കിവിടെയുണ്ടാക്കാം.

കട്ടൻ മോന്തിക്കുടിക്കുമ്പോൾ ഞാൻ ചോദിച്ചു:

രാത്രി അച്ഛന് എന്താണ് കഴിക്കാൻ വേണ്ടത്?

ഇത്തിരി പൊടിയരിക്കഞ്ഞി. അരിയുണ്ടാവില്ലേ, ഇവിടെ?

പപ്പടം ചുടാൻ സൗകര്യമില്ല അല്ലേ?

ഉപ്പിലിട്ടതെന്തെങ്കിലും...

വഴിയുണ്ടാക്കാം എന്ന് ഞാൻ അച്ഛനെ നോക്കി.

ബാഗ് തുറന്ന് അച്ഛൻ ഒരു ചെറിയ പൊതി ഏല്പിച്ചു.

എന്താണിത്?

തുറന്നുനോക്കെടാ.

നാരങ്ങാ മിഠായി.

പെട്ടെന്ന് ഓർമകളെവിടെയോ കുട്ടിയായി. കരച്ചിൽ വന്ന് കണ്ണിനോട് പറഞ്ഞു: കരയരുത്... നീ വലിയ ആളായി.

അച്ഛനെന്താ പെട്ടെന്ന്... ഒറ്റയ്ക്ക്... ഒരു വിവരവുമറിയിക്കാതെ. വിശ്വസിക്കാനാവുന്നില്ല.

ഞാനിനി തിരിച്ച് നിന്റമ്മേടടുത്ത് അടുത്തൊന്നുമില്ല. മടുത്തു!

അടുക്കിപ്പിടിച്ച ഒരമർഷം അതിനുള്ളിൽ ഞെരുങ്ങിക്കിടന്നിരുന്നു.

ഖേദം കലർന്ന ഒരു ചിരി ഞാൻ അമർത്തിപ്പിടിച്ചു.

കഞ്ഞി വെന്തുകഴിഞ്ഞു എന്നു തോന്നിയപ്പോൾ ഇറക്കിവെച്ചു. സ്റ്റൗവിലെ തീ പറ്റേ താഴ്ത്തി പപ്പടം ഒരു വകയിൽ ചുട്ടെടുത്ത പ്രതി യാക്കി. അച്ഛനിതു വളരെ സന്തോഷമുളവാക്കി. എങ്കിലും കഞ്ഞി കുടിക്കുമ്പോൾ പറഞ്ഞു:

എന്നാലും കനലിൽ വാട്ടിയെടുക്കുന്ന രുചി, അതൊന്നു വേറെയാ.

അച്ഛനു കിടക്കാനുള്ള മുറിയിലെത്തി ഒന്നു വൃത്തിയാക്കി അലമാര യിൽനിന്ന് അലക്കിവെച്ച ബെഡ്ഷീറ്റെടുത്തു വിരിച്ചുകൊടുത്തു.

ക്ഷീണസീൽക്കാരത്തോടെ അച്ഛൻ കിടക്കയിലേക്കു ചായുമ്പോൾ അരികിലിരുന്നു.

രാത്രിയിൽ കുടിക്കാനുള്ള വെള്ളം ടീപ്പോയിൽ കൈയെത്തും ദൂരത്ത് വെച്ചിരുന്നു.

അച്ഛൻ ചെറിയ നിശ്ശബ്ദതയ്ക്കുശേഷം ചോദിച്ചു.

ഞാനിവിടെ കുറെക്കാലം താമസിക്കുന്നത് നിനക്കസൗകര്യമാവുമോ, ബാലൂ...?

അച്ഛനെന്താണിങ്ങനെ പറയുന്നത്. എത്രയോ കാലമായി ഞാൻ വിളിക്കുന്നതല്ലേ? ഇതു ഞാൻ അധ്വാനിച്ചു വാങ്ങിയ വീടല്ലേ.

ചെറിയൊരു നിശ്ശബ്ദതയ്ക്കുശേഷം അച്ഛൻ അപേക്ഷിക്കുംപോലെ പറഞ്ഞു.

നിനക്കുറക്കം വരുന്നുണ്ടോ?

ഇല്ല. എന്തേ ചോദിക്കാൻ?

കുറച്ചുനേരം നീ എന്റെ കൂടെ കിടക്കുമോ?

ഒരു ചിരിയോടെ അച്ഛനൊപ്പം കിടന്നു.

പിന്നെ അരുതാത്തതെന്തോ ചെയ്യുംപോലെ എന്നാൽ മനസ്സിനെ നിയന്ത്രിക്കാനാവാതെ അച്ഛനോട്, സ്വകാര്യമായി, മെല്ലെ ഒട്ടിക്കിടന്നു.

അച്ഛന്റെ മണം, ഒരായുഷ്കാലസമൃദ്ധിപോലെയുള്ള ആ ഗന്ധം കൊതിയോടെ വലിച്ചെടുത്തു. അച്ഛനോട് ഒന്ന് ഒട്ടിക്കിടക്കണമെന്നും ആ കൈത്തലം കൈയിലെടുത്തു തലോടണമെന്നും തീവ്രമായ ആഗ്രഹം നുരഞ്ഞുപൊന്തി. പക്ഷേ വളർന്നുപോയില്ലേ?

അച്ഛനു വല്ലായ്ക വല്ലതുമുണ്ടോ?

മടുപ്പേയുള്ളൂ മോനേ. ഞാൻ ചാവുന്നത് അനാരോഗ്യം കൊണ്ടാവില്ല, മടുപ്പ് കൊണ്ടാവും.

എന്തിനാ അച്ഛനങ്ങനെയൊക്കെ ചിന്തിക്കുന്നത്.

ഈ വെളിച്ചം ഒന്ന് ഓഫ് ചെയ്യാമോ?

അച്ഛൻ ചോദിച്ചു.

കിടന്ന കിടപ്പിൽ ബെഡ്റൂം ലാമ്പ് കൂടി ഓഫ് ചെയ്തുകൊടുത്തു.

എല്ലാരും എനിക്കെതിരാണ് – ഏറെ നിശ്ശബ്ദതയ്ക്കുശേഷം അച്ഛൻ ആത്മഗതമെന്നോണം പറഞ്ഞു. നിന്റെ കൂടെ ഇനി ഞാന് കൊറേ ദിവസം നിൽക്കാൻ പോവ്വാ.

ഏറെ പക്വമായ ഒരു ചിരിയൊച്ച അച്ഛനു സമ്മാനിച്ചുകൊണ്ട് ചോദിച്ചു:

ഇത്തവണ അത്ര വലിയ വഴക്കായിരുന്നോ, അമ്മയായിട്ടുണ്ടാക്കിയത്?

അവള് മാത്രമല്ല, നിന്റെ ഏട്ടത്തി വത്സലയുമുണ്ടായിരുന്നു. ആ അഹങ്കാരി പറഞ്ഞിട്ടുതന്നെയാണ്; അരമണിക്കൂറിനകത്ത് റാസൽഖൈമയിൽനിന്ന് അവൾടെ ഏട്ടത്തിയും വിളിച്ചിരുന്നു. പിന്നെ മൂത്ത ഒരുത്തൻ. അവൻ, പെരും സ്വാർത്ഥൻ.

ഏറെ കഷ്ടപ്പെട്ടതല്ലേ ഏട്ടൻ?

കഷ്ടപ്പെട്ടത് അവനല്ല, ഞാനാ. കോലത്തുവയലിലെ അമ്പത് സെന്റാ അവന്റെ പഠിത്തത്തിനുവേണ്ടി വിറ്റത്. ആ പൊന്നുംവയൽപ്രദേശം

കാണുമ്പോൾ നെഞ്ചിലിപ്പോഴും തീയാളും. അതുവഴി ബസ്സീ പോകുമ്പ ഞാൻ കണ്ണടച്ചുകളയാ ചെയ്യാറ്.

ഏറെ സ്നേഹിച്ചത് അവനെയാ. എനിക്ക് കണക്കിനു തന്നതും അവൻതന്നെയാ. ചത്തോ ജീവിച്ചോ എന്നറിയാനെങ്കിലും ഒന്ന് തിരിഞ്ഞു നോക്കുന്നുണ്ടോ, അവൻ?

ഇത്ര അടുത്തൊന്നുമല്ലല്ലോ അച്ഛാ. ഫ്ളൈറ്റിൽ 17-18 മണിക്കൂറിരിക്കണം.

ഫോൺ ചെയ്യാലോ. ഇനി വല്ല സംക്രാന്തിക്കും വിളിച്ചാൽത്തന്നെ അവന്റമ്മയോടല്ലേ ശൃംഗാരമുള്ളൂ.

വിനയത്തിന്റെ ചിരി മായാതെതന്നെ ചോദിച്ചു:

അച്ഛനും ഏട്ടനോട് ചില തെറ്റുകൾ പറ്റിയില്ലേ? കുട്ടിക്കാലത്ത് അത്ര കഠിനമായി ശിക്ഷിക്കാൻ പാടുണ്ടോ?

നീതന്നെ ഇതു പറയണം. ഒരു ഈർക്കിലികൊണ്ടെങ്കിലും നിന്നെ ഞാന് തല്ലീട്ടുണ്ടോ? നിന്റെ ഏട്ടത്തിമാരെ തല്ലീട്ടുണ്ടോ? എന്തേ ഒന്നും പറയാത്തത്?

പിന്നെയെന്തിനാണ് ഏട്ടനെ മാത്രം?

എനിക്കറിയില്ല. അഞ്ച് കുട്ടികൾ ഈ കൈകളിൽ വളർന്നിട്ടുണ്ട്. രണ്ട് ആൺകുട്ടികൾ. മൂന്ന് പെൺകുട്ടികളും. പക്ഷേ കുട്ടിക്കാലത്തേ അവനങ്ങനെയാ... അടി ചോദിച്ചുവാങ്ങും.

ഒന്നര വയസ്സുള്ളപ്പോൾ അച്ഛൻ തല്ലിയതിന്റെ പാട് കണ്ട് അമ്മ കരഞ്ഞിട്ടുണ്ട്.

അച്ഛൻ രോഷത്തോടെ പിടഞ്ഞെണീറ്റു.

ശരിയാണ്. അവളത് എല്ലാ മക്കളോടും പറഞ്ഞിട്ടുണ്ട് എന്നതും ശരിയാണ്. പക്ഷേ... നിനക്കറിയ്യോ, കുഞ്ഞായിരിക്കുമ്പോൾ അവനെ എടുക്കുമ്പഴേ എനിക്കസ്വസ്ഥതയാണ്. അവന് അതിനേക്കാളുമസ്വസ്ഥതയാണ്. എവിടെയും നിൽക്കില്ല, അവൻ. എടുത്താൽ ഇറങ്ങണം. ഇറക്കിയാൽ, എടുക്കാൻ വാശി പിടിക്കും. അവനെച്ചൊല്ലി മാത്രം ഞാൻ തിന്ന തീയ്ക്കു കണക്കില്ല. ബെല്ലും ബ്രെയ്ക്കുമില്ലാത്ത ചാട്ടമാണ്. വാങ്ങിച്ചുകൊടുക്കുന്ന എല്ലാ കളിപ്പാട്ടവും ഒന്നര മിനുട്ടുകൊണ്ട് പൊട്ടിക്കും. ചെങ്കുത്തായ വീട്ടുപടിക്കലേക്കു മുട്ടിലിഴഞ്ഞ് അവൻ പാഞ്ഞുപോകും. നിനക്കറിയ്യോ, അവനെവിടെയെങ്കിലും വീണ് അപകടം വരുമോ എന്നോർത്ത് വേവലാതി മൂത്ത് ഞാൻ രണ്ടു വർഷത്തോളം പുറത്തിറങ്ങിയില്ല. വയലിൽ വിത്തുപോലുമിറക്കിയില്ല. കൈയിലെടുത്താൽ അവനൊരുതരം അശാന്തിയുടെ പൊരിച്ചിലായിരുന്നു.

അതൊക്കെ അച്ഛന്റെ ഓരോ തോന്നലായിരിക്കും.

മറ്റു മക്കളെയെടുക്കുമ്പോൾ എന്തേ അങ്ങനെ തോന്നിയില്ല. പൂക്കളെപ്പോലെ നിങ്ങളൊക്കെ ഒട്ടിച്ചേർന്നു നിന്നിരുന്നു. ചെറുപ്പത്തിലേ അവന അങ്ങനെയാണ്. നെഞ്ചോടു ചേർക്കുമ്പോൾ എന്തെന്നറിയില്ല ഒരു മുള്ളു കൂടി കൂടെയമരും... നിന്റമ്മയ്ക്കുമുണ്ട് അസ്വാസ്ഥ്യമുണ്ടാക്കുന്ന ആ സ്വഭാവം.

പിന്നേയും കുറെ നിശ്ശബ്ദതയുടെ ഇരുട്ടുകൾ ആ മുറിയിൽ ഘനീഭവിച്ചുനിന്നു.

അച്ഛൻ വീണ്ടും കിടന്നു.

അച്ഛാ, ഞാനൊരു കാര്യം ചോദിച്ചാൽ എന്നോട് പിണങ്ങുമോ?

പറയ്.

ഞാനോർമ വെച്ചനാൾ മുതലേ അച്ഛനിങ്ങനെ വല്ലാത്തൊരു അശാന്തിയാണ്. എന്തിനായിരുന്നെന്ന് ഞാൻ പലപ്പോഴും ചിന്തിച്ചിട്ടുണ്ട്. നമ്മുടെ അടുത്ത വീടുകളിലൊക്കെ എത്രയോ അച്ഛന്മാരും മക്കളും ജീവിച്ചിട്ടുണ്ട്. അവിടെയൊന്നും അങ്ങനെയല്ലല്ലോ.

അച്ഛൻ കുറെ നേരത്തേക്ക് ഒന്നും മിണ്ടിയില്ല.

ഒരു നിർഭാഗ്യജന്മാ എന്റേത്. രണ്ടേക്കറ് നെൽവയലും തന്ന് അച്ഛൻ നേരത്തെ പോയി. ഓർമവെച്ച നാൾമുതൽ എന്റെ ഒക്കത്ത് ഏതെങ്കിലുമൊരനിയനും മറ്റേ കൈയിൽ പശുവിന്റെ കയറുമായിരുന്നു. അച്ഛന്റെ മരണത്തോടെ പിന്നെ എല്ലാം എന്റെ തലയിലായി... മൂത്ത ആളായി ജനിക്കരുത്.

ഒരു ഭാഗത്ത്, എത്ര പണിയെടുത്താലും ഒരു ഫലോം കാണാത്ത കൃഷിഭൂമി. മറ്റേ ഭാഗത്ത് ഈ പണിയുണ്ടാക്കുന്ന അർത്ഥശൂന്യതയും ഒടുങ്ങാത്ത ആശങ്കകളും. ന്റെയൊന്നിച്ചു പഠിച്ച മമ്മു ദുബായിൽ പോകാൻ വിളിച്ചതാ. ഞാനീ കെട്ടുപാട് വിട്ട് എങ്ങോട്ട് പോകാൻ... സാധനങ്ങള് നേരാംവിധം വെക്കാത്തതിന്, വൃത്തിയായി സൂക്ഷിക്കാത്തതിന്, പശുവിനെ നേരാംവിധം കെട്ടാത്തതിന്, ബെഞ്ചിലിരുന്ന് കാലാട്ടിയതിന്, ഇങ്ങനെ വേണ്ടാത്തതിനും വേണ്ടതിനും അവളോടും മക്കളോടും ഞാന് വഴക്ക് കൂടിയിരുന്നു എന്നത് സത്യാ. പക്ഷേ മണ്ണില് ഞാൻ രാസവളം പേരിനു മാത്രമേ ചേർത്തിരുന്നുള്ളൂ. നിന്റെയച്ഛൻ പാലില് വെള്ളം ചേർത്തിരുന്നൂന്ന് ജീവിതത്തിലൊരിക്കലെങ്കിലും ആരെക്കൊണ്ടെങ്കിലും പറയിച്ചിട്ടുണ്ടോ?

അരി കഴുകിയ കാടിവെള്ളം അശ്രദ്ധമായി കളഞ്ഞാൽ ഞാനൊച്ചയിടും. സത്യമാണ്. കാരണം അത് പശുക്കൾക്കു കുടിക്കാനുള്ളതാ. കോട്ടൻതുണി വെയിലത്തിട്ടുണക്കിയാ എളുപ്പം നിറം മങ്ങും. തണലത്തിടണമെന്ന് എത്ര കാറിയാലും നിന്റമ്മ കേൾക്കില്ല. അവൾക്ക് അവളുടെ നടപ്പാണ്.

ജനാലച്ചില്ലിൽ എന്തോ ശക്തിയായി വന്നടിച്ചുകൊണ്ടിരിക്കുന്ന ശബ്ദം കേട്ടപ്പോൾ അവരുടെ സംസാരം ഒന്നു നിലച്ചു.

എഴുന്നേറ്റ് ലൈറ്റിട്ടു.

നോക്കിയപ്പോൾ കാറ്റാണ്.

ചില്ല തുറന്നതും തണുത്ത കാറ്റ് ശക്തിയായി വീശി. ചെറുതായി ഒരു മിന്നൽ ആകാശത്തുകൂടി കടന്നുപോയി.

അച്ഛൻ പറഞ്ഞു.

നീ പോയി കിടന്നോ. നാളെ ജോലിക്കു പോകേണ്ടതല്ലേ?

അച്ഛനെ കിടത്തി പുതച്ചുകൊടുത്തു.

തിരിച്ചുപോകാൻ നേരം പൊടുന്നനേ അച്ഛൻ കൈയിൽ പിടിച്ചു. ഒന്നും പറയാതെ ഏതോ അഭൗമവ്യാഖ്യാനംപോലെ ഏറെനേരം സൂക്ഷിച്ചു നോക്കി.

ഞാൻ നിങ്ങളെയൊന്നും സ്നേഹിച്ചിട്ടില്ലേ, മോനേ?

എന്താ അച്ഛാ ഈ സംശയം? പശുവിന്റെ കയറിൽ പിടിച്ചതിന്റെ പരുക്കൻ തഴമ്പും വയലിലെ ചെളിമണവും കൊയ്ത്തുകഴിഞ്ഞപാടെ യുള്ള കറ്റയുടെ മണവും വീട്ടിൽ എപ്പഴും ചെറുചെറു വഴക്കും വക്കാണവും.... പിന്നെ രാത്രി കുഴമ്പുതേച്ചുള്ള കിണറ്റുവക്കിലെ കുളി യുടെ പളുങ്കുവീഴുന്ന ശബ്ദവും – എന്റെ അച്ഛൻ ഇതെല്ലാം ചേർന്നതല്ലേ? അച്ഛനുരുട്ടിത്തന്നെ ചോറിന്റെയത്ര സ്വാദ് വേറെയെവിടെ നിന്നും കിട്ടീട്ടില്ല. ആ മുഖത്ത് ദിവ്യമായൊരു പ്രകാശം പരന്നു.

അച്ഛൻ എന്നെയാണ് ഏറെ സ്നേഹിച്ചതെന്നാണ് പരാതി.

അതവർക്ക് അറിയാഞ്ഞിട്ടാണ്. മൂത്തമകനെയാണ് ഏറെ സ്നേഹി ക്കുകയെങ്കിലും എല്ലാ അച്ഛനമ്മമാരുടെയും സ്നേഹം ഏറ്റവും ഇളയ മക്കൾക്കാണ് കിട്ടുക. അതിന്റെ കാരണം എന്താണെന്നു നിനക്കറിയ്യോ?

അച്ഛൻതന്നെ പറയ്.

അച്ഛൻ മറുപടി പറയാതെ ഏറെനേരം മകനെ നോക്കി.

എല്ലാ അച്ഛനമ്മമാരും ഏറ്റവും കുറവ് ജീവിക്കുന്നത് ഏറ്റവും ഇളയ കുട്ടിയുടെ കൂടെയാണ്. അതിന്റെയൊരു ഗൂഢമായ നഷ്ടബോധം ആ സ്നേഹത്തിനുണ്ട്.

അച്ഛൻ എന്തു നന്നായാണ് സംസാരിക്കുന്നത്? പഠിച്ചിരുന്നെങ്കിൽ അറിയപ്പെടുന്ന ഒരാളായേനെ.

കണ്ണ് നിറയുന്നത് അച്ഛൻ കാണും എന്നു കരുതിയതുകൊണ്ടാവാം വളരെ വേഗം സീറോബൾബ്കൂടി ഓഫ് ചെയ്ത് മുറിയിൽനിന്നും പുറത്തുകടന്നു.

മൂന്ന്

ബെഡ്റൂമിൽ പോയി കിടന്ന മകന് ഏറെക്കഴിഞ്ഞും ഉറക്കം കിട്ടിയില്ല. പുറത്ത് ചില്ലിൽത്തട്ടി ആരോ വിലപിക്കുന്നതായി തോന്നി. കുപ്പിവളപോലൊന്ന് കിലുങ്ങിയോ? മഴയാണ്. തകർത്തുപെയ്യുന്ന മഴ. ജനൽവാതിൽ തുറന്ന് പുറത്തേക്കു നോക്കി.

ഇരുട്ടാണ് എങ്ങും. വെളിച്ചത്തിന്റെ ചെറിയ തുണ്ടുകൾ മാത്രം അങ്ങിങ്ങായി കാണാം. ഇരുട്ടുപിടിച്ച വലിയൊരു ആഴക്കിണറിലേക്കെന്ന പോലെ താഴേക്കു നോക്കി.

ജീവിക്കാൻ കൊള്ളാത്ത ഒന്നാക്കിയിരിക്കുന്നു ലോകത്തെ ഏതൊക്കെയോ ഘടകങ്ങൾ. ഭാഷയില്ലാതെ വികാരങ്ങൾ പഴുത്തുനാറി ഓരോ മനുഷ്യന്റെയുള്ളിലും തിന്മയുടെ വ്രണങ്ങൾ തൊലി പൊളിച്ച് പുറത്തു നോക്കുന്നു. ഇങ്ങനെയല്ല, ഇങ്ങനെയല്ല വേണ്ടത് എന്ന് ഉള്ളിൽനിന്ന് ആരോ ശാസിക്കുമ്പോഴും ആളുകൾ കൈയൊഴിഞ്ഞ ശ്മശാനം മാത്രം പുകഞ്ഞുനിൽക്കുന്നു.

വീണ്ടും വന്നു കിടന്നപ്പോൾ ആരെയോ ശവക്കച്ച പുതപ്പിച്ച് വീട്ടു വരാന്തയിൽ കിടത്തിയതായി കണ്ടു. അടുത്തുചെന്നു നോക്കിയപ്പോൾ അച്ഛനാണ്. ഞെട്ടിയുണർന്നപ്പോഴും മഴ ശമിച്ചിരുന്നില്ല.

ഉറങ്ങിയില്ലെങ്കിൽ നാളത്തെ ജോലി മുഴുവൻ തകരാറിലാകും. പിടിപ്പതു പണിയുണ്ട്. ഭാരിച്ച ശമ്പളം തരുന്നുവെന്നതു ശരിതന്നെ. പക്ഷേ ശരീരത്തിലെ അവസാനത്തെ തുള്ളി ചോരയും ഊറ്റിക്കുടിച്ചേ അതു പോകൂ.

ഡ്രോയർ തുറന്ന് ഒരു സ്ലീപ്പിങ് പിൽസെടുത്തു കഴിച്ചു കിടന്നു. സുഖമായ ഉറക്കം. പാതി മരണം. പുറത്ത് മഴ തകൃതിയായി പെയ്തു കൊണ്ടിരുന്നു. തന്റേതല്ലാത്ത ഏതോ ഭൗതികശരീരം ഉറക്കം വലിച്ചിഴച്ച് കൊണ്ടുപോയി.

വാതിലിൽ ശക്തമായ മുട്ട് കേട്ടാണ് ഉണർന്നത്. പ്രയാസപ്പെട്ട് കണ്ണു തുറന്നു. വാതിൽക്കൽ അച്ഛൻ.

അച്ഛൻ കുളിച്ച് റെഡിയായി ബാഗെല്ലാം പായ്ക്കുചെയ്ത് നിൽക്ക യാണ്! ക്ലോക്കിൽ നോക്കിയപ്പോൾ ഒന്നരമണി.

എന്തുപറ്റി അച്ഛാ?

മോനേ, പോണം. ഭയങ്കര മഴയാ. അവള് പശുവിനെ മാറ്റിക്കെട്ടിയോ എന്നറീല. ഇന്നോ നാളെയോന്ന് കരുതി പ്രസവിക്കാൻ നിൽക്ക്വാ അത്. വയലിൽ വെള്ളം മൂടിയാലും പ്രശ്നമാണ്. ഒരു തൂമ്പായെടുത്ത് വരമ്പൊന്ന് കീറിക്കൊടുക്കണം.

കൊപ്ര ഉണക്കാൻ വിരിച്ചിട്ടിരിക്കുന്നു. അത് എടുത്തുവെക്കാനും മറന്നാ തീർന്നു.

നേരം വെളുത്തിട്ട് പോയാപ്പോരേ അച്ഛാ?

നീ നാട്ടിലേക്ക് ബസ്സ് കിട്ടുന്ന ഒരു സ്ഥലത്ത് ന്നെ എറക്കിയാ മതി. ഒരു സമാധാനൂല്ല.

കണ്ണിൽ ഉറക്കത്തിന്റെ പാറ വന്നടിഞ്ഞിരിക്കുന്നു. വാഷ്ബെയ്സിൽ നിന്നു വെള്ളം ധാരകോരി മുഖത്തൊഴിച്ചു.

പെട്ടെന്ന് റെഡിയായി കാറിന്റെ കീയെടുത്തു. മൊബൈൽ തപ്പിയെടുത്തു നോക്കിയപ്പോൾ ചാർജ് പോയിരിക്കുന്നു. ഓൺ ചെയ്യാൻ കഴിഞ്ഞില്ല. ഫോൺ ക്രെഡിലിൽത്തന്നെ കയറ്റിവെച്ചു.

ലിഫ്റ്റിൽ മൂടിക്കൂടിയ വെളിച്ചം അച്ഛനെ വല്ലാതെ ശ്വാസംമുട്ടിക്കുന്നതായി തോന്നി.

പുറത്ത് മഴ അപ്പോഴും ശമിച്ചില്ല.

വണ്ടി സ്റ്റാർട്ട് ചെയ്യുമ്പോൾ അച്ഛൻ ചോദിച്ചു.

നിന്നെ ഞാൻ വല്ലാതെ ബുദ്ധിമുട്ടിച്ചു അല്ലേ?

അച്ഛൻ വെറുതെ ടെൻഷനടിക്കാതെ നിൽക്കൂ. ഞാൻ വീട്ടിൽ കൊണ്ടാക്കിത്തരാം. വീട്ടിൽ വന്നിട്ട് കുറച്ചേറെ നാളുകളായല്ലോ. വയലിലും പറമ്പിലുമൊക്കെ അച്ഛനെ ഞാൻ കുറച്ചു സഹായിക്കാം.

അതൊന്നും വേണ്ട. പെട്ടെന്ന് കേറിപ്പണിയാവുന്നതല്ല കൃഷി.

അച്ഛൻ ഞങ്ങളെ തൂമ്പായെടുക്കാൻ സമ്മതിച്ചില്ല. കടങ്ങളെങ്കിലും ഒന്നു വീട്ടാൻ സമ്മതിച്ചില്ല. ഇതു കൊറേ കഷ്ടമല്ലേ അച്ഛാ? ശരിക്കും ഞങ്ങളെ നാടു കടത്തിയതുപോലെയാ... എനിക്കും സിറ്റി വല്ലാതെ മടുത്തു. അച്ഛൻ ചിരിച്ചു.

പിന്നെ ഗ്രാമത്തിൽ നീയെന്ത് ചെയ്ത് ജീവിക്കും?

അച്ഛൻ ജീവിച്ചില്ലേ?

ആ കാലം മാറി. ഇന്ന് നാട്ടിൻപുറമെന്ന് പറേണത് ഒരു തള്ളക്കോഴിയെപ്പോലെയാ. വിരിഞ്ഞ് കുറച്ചുകാലം കൂടെക്കൊണ്ടു നടന്നേക്കും. പിന്നെ വല്ല ബാംഗ്ലൂർക്കോ, ദുബായിക്കോ, അമേരിക്കയ്ക്കോ കൊത്തി ആട്ടിയകറ്റും, പഠിക്കാനോ ജോലിക്കോ. സ്വപ്നംകൊണ്ടു ജീവിക്കുന്നവരുടെ കാലം പോയി മോനേ.

വിശ്വസിക്കാനാവുന്നില്ല. അച്ഛൻ ഇത്ര മനോഹരമായി സംസാരിക്കുമോ? ഇതെല്ലാം തന്റെ തോന്നലാണോ? ഞാനുറക്കത്തിൽത്തന്നെയാണോ?

ആ പെരുമഴയും ഒഴിഞ്ഞ ഹൈവേയും ടയറിൽ വെള്ളം അരഞ്ഞു പോകുന്ന 'ശീ'യൊച്ചയും എല്ലാം ചേർന്ന് മറ്റേതോ ലോകം പക്ഷേ ഞാനറിയുന്നുണ്ടല്ലോ.

വീടണയുമ്പോൾ ഗ്രാമം ഉണരാനുള്ള തയ്യാറെടുപ്പിലാണ്. വയലറ്റ്

നിറമുള്ള ഇരുട്ടിലെവിടെനിന്നോ ഒരു പൂവൻകോഴി കൂവലിന്റെ ഒരു ചെമ്പരത്തിപ്പൂ തനിക്കു നീട്ടുന്നു.

വീട് ദൂരെ നിന്നു കണ്ടപ്പോഴേ അച്ഛൻ മറ്റൊരാളായി. പഴയ അയവെല്ലാം മാറി പതിയെ ധാർഷ്ട്യത്തിന്റെ സ്വരം വന്നു തുടങ്ങി.

കണ്ടില്ലേ, നീ. അവൾടെ മുറിയിൽ ലൈറ്റ് ഓഫ് ചെയ്തിട്ടില്ല. ഒരു ശ്രദ്ധയുമില്ല, അസത്തിന്. കറന്റ് ബില്ല് വരുമ്പഴറിയുന്നത് ഞാനാ... ഫാൻ ഓഫ് ചെയ്യില്ല. മോട്ടോർ ഓൺ ചെയ്താൽ തൂവിമറിഞ്ഞ് വെള്ളപ്പൊക്കമുണ്ടായാലും അവളറിയില്ല. പറഞ്ഞാൽ കേൾക്കില്ല.

അച്ഛാ, അനാവശ്യമായ മുൻകോപങ്ങൾ ഒഴിവാക്കണം, ശാന്തമായി ജീവിക്കണം എന്നൊക്കെ പറയണമെന്നുണ്ടായിരുന്നു.

പക്ഷേ ഇത്രമാത്രം പറഞ്ഞൊപ്പിച്ചു.

അച്ഛനെ കാണാതെ പരിഭ്രമിച്ച് അമ്മ ഒരു പോള കണ്ണടച്ചിട്ടുണ്ടാവില്ല.

■

www.ingramcontent.com/pod-product-compliance
Lightning Source LLC
LaVergne TN
LVHW041533070526
838199LV00046B/1653
9789387331051